ബിയോണ്ട് ദി മെമ്മറീസ്

Nadakkavu, Kozhikode, Kerala, 673011
www.insightpublica.com
e-mail: insightpublica@gmail.com
Title: **Beyond the Memories**
(Malayalam Novel)
Author: **Abhinandh S J**
First Edition: September 2024
Printed and Published by
InsightinPublica Printers & Publishers Pvt. Ltd.
ISBN: 978-93-5517-899-2
₹150

ബിയോണ്ട് ദി മെമ്മറീസ്

അഭിനന്ദ് എസ് ജെ

ടാറ്റാ എലക്ക്സിയിൽ സോഫ്റ്റ് വെയർ എൻജിനീയറായി ജോലി ചെയ്യുന്നു. സ്ക്കൾ വിദ്യാഭ്യാസം കേന്ദ്രീയ വിദ്യാലയം കോഴിക്കോട്. കോളേജ് ഓഫ് അപ്ലൈഡ് സയൻസ് കോഴിക്കോട് (IHRD) നിന്ന് പോസ്റ്റ് ഗ്രാജ്ജുവേഷൻ.

അച്ഛൻ: ജയരാജ് വി

അമ്മ: ഷീന കെ ടി

വിലാസം: കളത്തിൽ തറമ്മൽ, മുത്തപ്പൻകാവ്, ജാഫർഖാൻ കോളനി പിൻ: 673006

ഇ-മെയിൽ : abhinandhsj93@gmail.com

അഭിനന്ദ് എസ് ജെ

ആമുഖം

സ്കൂൾ പഠനകാലത്ത്, ഇംഗ്ലീഷ് കഥാരചനാമത്സരത്തിൽ എല്ലാവരും പങ്കെടുക്കണമെന്ന് ടീച്ചർ നിർബന്ധം പിടിച്ചതിനാൽ മാത്രം പങ്കെടുത്ത ഞാൻ, അന്ന് രണ്ട് മണിക്കൂർ ഇരുന്ന് ചിന്തിച്ചിട്ടും പേപ്പറിൽ ഒന്നും എഴുതാൻ കഴിഞ്ഞിരുന്നില്ല. എങ്കിലും, ആ കഥാരചനാമത്സരത്തിന്റെ നിബന്ധനയായി കഥയിൽ ഉൾക്കൊള്ളിക്കണം എന്ന് പറഞ്ഞ നാല്വരികൾ എന്റെ ഉള്ളിൽ കഥ എഴുതാനുള്ള ആഗ്രഹം പടർത്തി. അന്ന് വീട്ടിൽ എത്തിയ ഞാൻ മണിക്കൂറുകളോളം ആ വരികളിൽ തന്നെ ചിന്തിച്ച് ഇരുന്നു. മിസ്റ്ററി സിനിമകളെയും പ്രേതകഥകളെയും പ്രണയിച്ച എനിക്ക് ഒടുവിൽ ഒരു കൊച്ചുമിസ്റ്ററി കഥയ്ക്കുള്ള ത്രെഡ് കിട്ടി. അന്ന് മംഗ്ലീഷ് ടൈപ്പിംഗ് ഇല്ലാത്തതു കൊണ്ടും, കേന്ദ്രീയ വിദ്യാലയത്തിൽ പഠിച്ച എനിക്ക് വൃത്തിയായി മലയാളം എഴുതാൻ അറിയാത്തതും കാരണം, അത് ഒരു പുസ്തകത്തിലേക്ക് പകർത്താൻ കഴിഞ്ഞിരുന്നില്ല. പക്ഷേ അന്നും ഈ കഥ ഞാൻ എന്റെ ഒരുപാട് സുഹൃത്തുകളോട് പറഞ്ഞിരുന്നു. പലരിൽ നിന്നും തരക്കേടില്ലാത്ത അഭിപ്രായങ്ങൾ ലഭിച്ചെങ്കിലും, ഇത് എങ്ങനെ ഒരു പുസ്തകം ആക്കണം എന്നറിയില്ലായിരുന്നു. വർഷങ്ങൾക്കിപ്പുറം, കൊറോണ സമയത്ത്, ഒരു സുഹൃത്തിനോട് ഈ കഥ പറഞ്ഞപ്പോൾ, അദ്ദേഹം എന്നെ പ്രോത്സാഹിപ്പിച്ചു. അയാളുടെ സഹായത്തോടെ എഴുതാൻ തുടങ്ങിയ കഥ, മറ്റ സുഹൃത്തുകളുടെ അഭിപ്രായങ്ങളുടെയും പ്രേരണയോടെയും, ഒരു പൂർണ്ണതയിൽ എത്തി. മലയാളം ടൈപ്പിംഗ് അറിയാത്ത ഞാൻ, ഗൂഗിൾ ഡോക്സിലെ മംഗ്ലീഷ് ടൈപ്പിംഗിന്റെ സഹായത്തോടെ ഒരു വിധം എഴുതി ഒപ്പിച്ചു.

ഈ കഥ എഴുതുമ്പോൾ ഞാൻ ചിന്തിച്ച കുട്ടിയ കുറെ കാര്യങ്ങൾ ഉണ്ടായിരുന്നു. ഗൂഗിൾ ഡോക്സും അതിലെ മംഗ്ലീഷ് ടൈപ്പിംഗും ഇല്ലായിരുന്നെങ്കിൽ... ആ കഥ എഴുത്തു മത്സരം നടന്ന ദിവസം ഞാൻ സ്കൂളിൽ പോയില്ലായിരുന്നെങ്കിൽ..... കൊറോണ സമയത്ത് ഞാൻ ആ സുഹൃത്തിനോട് ഈ കഥ പറഞ്ഞില്ലായിരുന്നെങ്കിൽ,.. ഒരുപക്ഷെ ഈ പുസ്തകം ഒരിക്കലും ഉണ്ടാകുമായിരുന്നില്ല . കഥകളിലെ പോലെ തന്നെ, നമ്മൾ ജീവിതത്തിൽ ഒരു ചെറിയ നിമിഷം മാറിയാൽ, നമ്മുടെ കഥയും മാറും. നിങ്ങൾക്ക് ഇങ്ങനെ തോന്നിയിട്ടുണ്ടോ? നിങ്ങളുടെ

ജീവിതത്തിൽ ഇത് പോലെ ഒരു ടേണിംഗ് പോയിന്റ് ഉണ്ടായിരു ന്നോ? ഒരു തീരുമാനം മാറിയിരുന്നെങ്കിൽ, നിങ്ങളുടെ കഥ മൊത്തം മാറിയേനെ എന്ന് തോന്നിയ നിമിഷങ്ങൾ? അങ്ങനെ എങ്കിൽ ആ ജീവിതം എങ്ങനെ ആകും എന്ന് നിങ്ങൾ കാണാൻ കൊതിച്ചിട്ടുണ്ടോ?. ഹഹഹ .. ഞാൻ വിഷയത്തിൽ നിന്ന് തെന്നിമാറുന്നു എന്ന് തോന്നുന്നു ണ്ടാവും അല്ലേ. ഇതു തല്ലാലം നിങ്ങളുടെ മനസിൽ വെച്ചോളൂ...ഈ കഥ വായിച്ചതിനു ശേഷം ഇതിനെ കുറിച്ച് ഒന്ന് ചിന്തിച്ചു നോക്കൂ.

ഇന്ന് നാം കാണുന്ന ലോകം തന്നെ പലരും എടുത്ത തീരുമാനങ്ങൾ കാരണമാണ്. ഉദാഹരണത്തിന് ഫേസ്ബുക്കിനെ പല കമ്പനികളും 2005 - 2006 കാലഘട്ടത്തിൽ വാങ്ങാൻ ശ്രമിച്ചിരുന്നു. അന്ന് അവർ അത് മറ്റ കമ്പനികൾക്ക് വിറ്റിരുന്നെങ്കിൽ ഒരുപക്ഷെ ഇന്ന് നമുക്ക് സുപരിചി തമായ ഫേസ്ബുക് തന്നെ ഉണ്ടാവില്ലായിരുന്നു. ഇതു പോലെ തന്നെ ഈ ലോകം മാറ്റാൻ കെല്പുള്ള ഒരു ആയിരം തീരുമാനങ്ങൾ കടന്നു പോയിട്ടുണ്ടാവും. അതിൽ ഒന്ന് മാറിയാൽ നമ്മൾ ഇന്ന് കാണുന്ന ഈ ലോകം തന്നെ മറ്റൊന്ന് ആയേനെ. എന്തായാലും എന്റെ ഈ കഥ ഉണ്ടാകാൻ കാരണമായ ആ കഥ എഴുത്തു മത്സരത്തിൽ പങ്കെടുക്കാ ൻ നിർബന്ധം പിടിച്ച എന്റെ സ്കൂളിലെ ടീച്ചർമാരെയും, കൊറോണ കാലത്തു എന്നെ ഈ കഥ എഴുതാൻ പ്രേരിപ്പിച്ച സുഹൃത്തിനെയും, ഓരോ ഘട്ടങ്ങളിലായി എന്റെ കഥയെ വിലയിരുത്തി മൂല്യ നിർണയം നടത്തിയ എന്റെ പ്രിയ കൂട്ടുകാരെയും, എന്റെ എഴുത്തിലെ തെറ്റുകളെ എല്ലാം തിരുത്തി തന്ന എന്റെ സുഹൃത്തിനെയും സ്മരിച്ചുകൊണ്ട്, നമുക്ക് കഥയിലേക്ക് കടക്കാം

"Let's Go Beyond the Memories"

ഉള്ളടക്കം

രാത്രി

രാത്രികൾക്ക് എന്നും പല വികാരങ്ങളാണ്. ചില രാത്രികൾ നമ്മെ ഒരുപാട് സന്തോഷിപ്പിക്കും. ചിലത് നമ്മെ കരയിപ്പിക്കും. മറ്റ ചിലപ്പോൾ അവ നമ്മെ പ്രണയിക്കാൻ പഠിപ്പിക്കും. പക്ഷെ ഇതൊന്ന മല്ലാത്ത ചില രാത്രികളുണ്ട്. നമ്മളറിയാതെ നമ്മുടെ ഉള്ളിൽ ഭീതിയുടെ നിഴൽ പായിച്ച് വല്ലാത്തൊരു വികാരത്തിൽ എത്തിക്കുന്ന രാത്രികൾ. ഇന്നത്തെ രാത്രിക്ക് അത്തരമൊരു വികാരമാണ്.

സമയം ഏകദേശം 2 മണി കഴിഞ്ഞിരിക്കുന്നു. എന്റെ മനസാകെ അസ്വസ്ഥമാണ്. തീരെ ഉറക്കം വരുന്നില്ല. ഒരു പക്ഷെ ഒറ്റയ്ക്ക ള്ള ജീവിതവും കുറച്ച ദിവസമായിട്ടുള്ള ഓഫീസിലെ തിരക്കുകളും ആയിരിക്കാം കാരണം. ഈ മുറിക്ക് അകത്തിരിക്കുമ്പോൾ വല്ലാത്ത ഒരു വീർപ്പുമുട്ടൽ. എന്തോ ഒന്ന് എന്നെ പുറത്തേക്ക് ഇറങ്ങാൻ പ്രേ രിപ്പിക്കുന്നത് പോലെ... ഞാൻ അധികം ചിന്തിക്കാൻ നിൽക്കാതെ ഹാങ്ങറിൽ കിടന്ന ജാക്കറ്റും എടുത്തിട്ട് പുറത്തേക്കിറങ്ങി.

ചുറ്റുപാടും നല്ല ഇരുട്ടാണ്. അങ്ങകലെ കത്തിക്കൊണ്ടിരിക്കുന്ന സ്ട്രീറ്റ് ലൈറ്റിന്റെ വെളിച്ചം മാത്രം കാണാം. ഇവിടെ നിന്ന് ഏകദേശം രണ്ട കിലോമീറ്റർ നടന്നാൽ ബീച്ചിലെത്തും. വെറുതെ ഞാൻ ആ വഴിയിലൂടെ നടന്നു. നല്ല തണുത്ത കാറ്റ് വീശിക്കൊണ്ടിരിക്കുന്നു. കാറ്റിന്റെ ശബ്ദമൊ ഴിച്ചാൽ എങ്ങും നിശബ്ദത മാത്രം.

ഞാനെന്താണ് ചെയ്തുകൊണ്ടിരിക്കുന്നതെന്ന് മനസിലാവുന്നില്ല. ചിലപ്പോൾ ആദ്യമായിട്ടായിരിക്കാം ഇതു പോലൊരു ഭ്രാന്തമായ കാര്യം ചെയ്യുന്നത്. പക്ഷെ ഞാനീ ഭ്രാന്തയെ വല്ലാതെ ഇഷ്ടപ്പെടുന്നു. ആ

വഴിയില്ലൂടെ ഞാൻ മുന്നോട്ട നടന്നു. കുറച്ച ദൂരം നടന്നപ്പോൾ തന്നെ ഇരമ്പിയടിക്കുന്ന തിരമാലകളുടെ ശബ്ദം എനിക്ക് കേൾക്കാമായിരുന്നു. മുന്നോട്ട നടക്കുന്തോറും ആ ശബ്ദം കൂടി കൂടി വന്നു. രണ്ട് മൂന്ന് സ്ട്രീറ്റ് ലൈറ്റുകളുടെ വെളിച്ചം മാത്രമാണ് ബീച്ചിൽ ഉണ്ടായത്. ഇടയ്ക്കിടെ ലൈറ്റ് ഹൗസിൽ നിന്നുള്ള വെളിച്ചവും എന്നെ തലോടി പോകുന്നുണ്ട്. നല്ല തണുത്ത കാറ്റ് എന്റെ മുഖത്തേക്ക് വീശികൊണ്ടിരുന്നു. ആ കാറ്റും, മങ്ങിയ വെളിച്ചവും, തിരമാലകളുടെ ശബ്ദവും എന്റെ മനസിനെ ഒന്നു ശാന്തമാക്കിയതുപോലെ... രാത്രിയുടെ വശ്യ സൗന്ദര്യത്തിൽ ഞാൻ അങ്ങനെ ലയിച്ചു നിന്നു.

പെട്ടെന്നാണ് കുറച്ച് ദൂരത്തായി കടൽതീരത്ത് ആരോ ഇരിക്കുന്നതായി എന്റെ ശ്രദ്ധയിൽപ്പെട്ടത്. ഞാൻ ചുറ്റുമൊന്ന് കണ്ണോടിച്ചു. മറ്റാരും തന്നെ അവിടെ ഉണ്ടായിരുന്നില്ല. ഞാൻ അയാൾക്ക് നേരെ നടന്നു. അടുത്തെത്തിയപ്പോഴാണ് അതൊരു സ്ത്രീയാണെന്ന് മനസി ലായത്. വെളുത്ത നിറമുള്ള ചുരിദാർ പോലെ എന്തോ ഒന്നായിരുന്നു അവളുടെ വേഷം. പണ്ട് കണ്ട സിനിമകളിലെ യക്ഷിക്കഥകളാണ് ആദ്യം മനസില്ലൂടെ കടന്നുപോയത്. ഒരൽപ്പം ഭയം തോന്നിയെങ്കിലും അതുകാര്യമാക്കാതെ മുന്നോട്ട് നടന്നു. അടുക്കും തോറും ഒരു ചെറു തേങ്ങൽ കേൾക്കാമായിരുന്നു. ഓരോ അടി മുന്നോട്ടവെക്കുമ്പോഴും ആ തേങ്ങലിന്റെ ശബ്ദം കൂടി കൂടി വന്നു. ഒരുവേള ഞാൻ ശരിക്കും ഒരു യക്ഷിയെ ആണോ കാണുന്നതെന്ന് തോന്നി പോയി. എങ്കിലും ഞാൻ മുന്നോട്ട നടന്ന് അവളുടെ അരികിലെത്തി.

അവളുടെ വെള്ള ചുരിദാറിന്റെ കൈ ഭാഗം മൊത്തം കീറിപറഞ്ഞി രുന്നു. ഈ മങ്ങിയ വെളിച്ചത്തിലും എനിക്ക് അവളുടെ കൈയ്യിലെ മുറിപ്പാട്ടുകൾ കാണാമായിരുന്നു. മുട്ട് കാലിലേക്ക് തല താഴ്ത്തി കിടക്കുന്ന തിനാൽ മുഖം വ്യക്തമല്ല. അവളുടെ മുടി കാറ്റിൽ പാറി കളിക്കുന്നുണ്ടായി രുന്നു. അവളുടെ കരച്ചിൽ ഇപ്പോൾ എനിക്ക് വ്യക്തമായി കേൾക്കാം. എന്റെ ഹൃദയമിടിപ്പ് കൂടി വന്നു. ഉള്ളിൽ ഭയം തോന്നിയെങ്കിലും അത് കാര്യമാക്കാതെ ഞാൻ വിളിച്ചു.

"ഹലോ"അവൾ മുഖം ഉയർത്തി എന്നെ നോക്കി. കരഞ്ഞു കലങ്ങിയ കണ്ണുകൾ, പരന്ന് കിടക്കുന്ന കണ്മഷി. അവളുടെ കണ്ണുനീരിൽ കണ്മഷി കലർന്ന് കവിളില്ലൂടെ ഒലിച്ചിറങ്ങുന്നു. പാറി കളിക്കുന്ന മുടിയിഴകൾ ആ കണ്ണുനീരിന്റെ നനവിൽ അവിടെവിടെയായി പറ്റി കിടക്കുന്നു. നിസ്സഹായതയും ഭയവും കലർന്ന ഭാവമായിരുന്നു അവൾക്ക്. എന്നെ കണ്ടതും പേടിച്ച ഭയന്നവൾ പിന്നോട്ട് പിന്മാറാൻ ശ്രമിച്ചു. ഞാൻ വീണ്ടും ചോദിച്ചു.

ബിയോണ്ട് ദി മെമ്മറീസ്

"എന്താ പറ്റിയത്?

നിങ്ങളെ കണ്ടിട്ട് എന്തോ പ്രശ്നത്തിലാണെന്ന് തോന്നുന്നല്ലോ.

ഈ സമയത്ത് ഇവിടെ ഇങ്ങനെ ഒറ്റയ്ക്ക് ഇരിക്കുന്നത് ഒട്ടും സേഫ് അല്ല."അവളെന്റെ മുഖത്തേക്ക് നോക്കി പൊട്ടിക്കരയാൻ തുടങ്ങി. കരഞ്ഞുകൊണ്ടിരിക്കെ വിറകൊള്ളുന്ന ചുണ്ടുകളോടെ എന്തൊ ക്കെയോ പറയുന്നുണ്ടായിരുന്നു. അവരെന്നെ കൊല്ലും. എന്നെ രക്ഷി ക്കണം. എനിക്കാകെ പേടിയാകുന്നു. എല്ലാവരേയും കൊന്നു. എന്നെയും കൊല്ലും. ഒരു നിമിഷത്തേക്ക് എന്ത് ചെയ്യണമെന്നറിയാതെ ഞാൻ സ്തംഭിച്ചു നിന്നു. അവളെന്തോ വലിയ പ്രശ്നത്തിലാണെന്ന് തോന്നി. പക്ഷെ എന്ത് പറയണമെന്നോ എങ്ങനെ ആശ്വസിപ്പിക്കണമെന്നോ അറിയില്ലായിരുന്നു. ഉള്ളിൽ വല്ലാത്ത ഭയം തോന്നിയെങ്കിലും അവളുടെ പ്രശ്നങ്ങൾ മനസിലാക്കി അവളെ സഹായിക്കണമെന്ന ചിന്തയായി രുന്നു മനസ് മുഴുവൻ. അതുകൊണ്ടുതന്നെ അവളോട് കാര്യങ്ങളെല്ലാം ചോദിച്ചറിയാൻ ശ്രമിച്ചു.

കൊല്ലാനോ? ആര്? എന്തിന്? എന്താണുണ്ടായത്? നിങ്ങൾ പേടിക്കാതിരിക്കൂ. നിങ്ങൾക്ക് ഒന്നും സംഭവിക്കില്ല. പക്ഷെ അവൾ അതൊന്നും ശ്രദ്ധിക്കാതെ എന്തൊക്കെയോ പറഞ്ഞുകൊണ്ടിരുന്നു. അവൾ പറയുന്നത് പൂർണ്ണമായും മനസിലായില്ലെങ്കിലും അവളെ ആരോ കൊല്ലാൻ ശ്രമിക്കുന്നുണ്ടെന്ന് മാത്രം മനസിലായി. എന്ത് ചെയ്യണമെന്ന് എനിക്ക് ഒരു രൂപവുമുണ്ടായിരുന്നില്ല. ആരെയെങ്കിലും വിളിക്കണോ, അല്ലെങ്കിൽ പോലീസിനെ അറിയിക്കണോ, അതുമല്ലെ ങ്കിൽ മറ്റെന്തെങ്കിലും രീതിയിൽ അവളെ സഹായിക്കണോ... ഒന്നും അറിയാത്ത അവസ്ഥയിലായിരുന്നു ഞാൻ.

ഞാൻ അവളോട് ചോദിച്ചു "ഞാൻ എന്താണ് ചെയ്യേണ്ടത്? പോലീസിനെ വിവരം അറിയിച്ചാലോ? പോലീസ് സ്റ്റേഷനിലേക്ക് ഇവിടുന്ന് കുറച്ച ദൂരം ഉണ്ട്. അല്ലെങ്കിൽ നിങ്ങളുടെ വീട് എവിടെയാണ്? ഞാൻ നിങ്ങളെ വീട്ടിലെത്തിക്കാം." "വേണ്ട പോലീസ് സ്റ്റേഷൻ വേണ്ട. എനിക്ക് വീട്ടിൽ പോകണം. അവരെന്നെ കൊല്ലും. എനിക്ക് ഇവിടെ ആരെയും അറിയില്ല. ഒന്നും അറിയില്ല. അവരെന്നെ കൊല്ലും. എനിക്ക് പേടിയാകുന്നു. എനിക്ക് എന്റെ വീട്ടിൽ പോകണം."

പേടിച്ച വിറച്ചവൾ എങ്ങനെയോ പറഞ്ഞൊപ്പിച്ചു. ഒരു ഭ്രാന്തിയെ പ്പോലെ അവളത് ആവർത്തിച്ചുകൊണ്ടിരുന്നു.

എന്ത് ചെയ്യണമെന്ന് എനിക്ക് അറിയില്ല. എങ്കിലും ഞാൻ അവളോട് ചോദിച്ചു.

കുട്ടിയുടെ വീട് എവിടെയാണ് ?

ഞാൻ കുട്ടിയെ വീട്ടിൽ എത്തിക്കാം.

അവൾ ഒരു നിമിഷം ചിന്തിച്ച ശേഷം പിറുപിറുത്തു.

"കല്പ്പള്ളി ...കല്പ്പള്ളി." കൽപള്ളിയൊ? അത് എവിടെയാ

ബാംഗ്ലൂർ.

ബാംഗ്ലൂരാണോ കുട്ടിയുടെ വീട്?

അവിടെയാണോ താമസിക്കുന്നത്?

"മ്മ്മ്"

എനിക്കവളെ ഈ അവസ്ഥയിൽ ഒറ്റയ്ക്ക് വീട്ടിലേക്ക് വിടാൻ താല്പ
ര്യമുണ്ടായിരുന്നില്ല. എങ്കിലും അവളത്ര തന്നെ ആവർത്തിച്ച പറഞ്ഞ
തുകൊണ്ട് മാത്രം ഞാൻ അവളെ റെയിൽവേ സ്റ്റേഷനിൽ കൊണ്ട്
വിടാമെന്ന് കരുതി, അവളെയും കൂട്ടി നടന്നു. ഇവിടെ നിന്ന് റെയിൽവേ
സ്റ്റേഷനിലേക്ക് 15 മിനിറ്റ് നടക്കാനുള്ള ദൂരമേ ഉണ്ടായിരുന്നുള്ളൂ. നടക്ക
ന്നതിനിടയിൽ ഞാനവളോട് പലതും സംസാരിക്കാൻ ശ്രമിച്ചെങ്കിലും
അവൾ അതൊന്നും ശ്രദ്ധിക്കുന്നില്ലായിരുന്നു. പെട്ടെന്നാണ് ഒരു കാർ
കടന്നു പോയത്. അത് കുറച്ച മുന്നിലായി നിർത്തി ഞങ്ങൾ നിൽക്ക
ന്നിടത്തേക്ക് വന്നു. ആ കാറിന്റെ ഗ്ലാസ് താഴ്ന്നു. എന്റെ പഴയകാല
സുഹൃത്ത് ബിജിത് ആയിരുന്നു. ഞങ്ങൾ കുറച്ച കാലം ഒരുമിച്ച് ജോലി
ചെയ്തിരുന്നു. ഇപ്പോൾ അധികം കോണ്ടാക്ട് ഒന്നും ഇല്ല. ഇതുപോലെ
എപ്പോഴെങ്കിലും വഴിയിൽ വെച്ച് കാണാം. പക്ഷെ ഇന്നത്തെ കൂടിക്കാഴ്ച
എന്നിലെന്തോ വെപ്രാളമാണ് ഉണ്ടാക്കിയത്.

രാത്രി ഈ സമയത്ത് ഒരു പെൺകുട്ടിയുടെ കൂടെ കണ്ടാൽ
ആരായാലും ഒന്ന് തെറ്റിദ്ധരിക്കും. അവൻ എന്നോട് ചോദിച്ചു. ഈ
സമയത്ത് എന്താടോ പരിപാടി? ഞാൻ ഒന്നു പരുങ്ങിക്കൊണ്ട് പറഞ്ഞു.
ചുമ്മാ, ബീച്ചിലേക്ക് ഒന്ന് നടക്കാൻ ഇറങ്ങിയതാ...

അപ്പോൾ തന്നെ അവൻ എന്നോട് ചിരിച്ചുകൊണ്ട് ചോദിച്ചു. ഈ
സമയത്തോ?

അതെ. വാക്കുകൾ ഇടറുന്നുണ്ടങ്കിലും എങ്ങനെയോ ഞാൻ
പറഞ്ഞൊപ്പിച്ചു.

അവൻ എന്നെ കൂടുതൽ കുഴപ്പത്തിലാക്കേണ്ടെന്ന് കരുതിയാവാം
ചിരിച്ചുകൊണ്ട് നടക്കട്ടെ എന്ന് പറഞ്ഞു പോയി.

ഞങ്ങൾ നടന്ന് സ്റ്റേഷനിലെത്തി. ഞാൻ അവളെ അവിടെ ഇരുത്തി
ടിക്കറ്റ് എടുക്കാൻ പോയി. ട്രെയിൻ കാലത്ത് 4:15നാണ്. ഇപ്പോൾ

സമയം 3:45 ആയി. ട്രെയിൻ വരാൻ ഇനിയും അര മണിക്കൂറുണ്ട്. അത്രയും സമയം അവളോട് സംസാരിക്കാമെന്ന് കരുതി ഞാൻ രണ്ട് ചായ വാങ്ങി അവളുടെ അടുത്തേക്ക് പോയി. എന്റെ കൈയ്യിലെ ചായ ഗ്ലാസ് അവൾക്കുനേരെ നീട്ടി.

"ടെൻഷൻ അടിക്കാതെ ചായ കുടിക്ക്. ട്രെയിൻ വരാൻ ഇനിയും അര മണിക്കൂറുണ്ട്."

പക്ഷെ അവൾ അതൊന്നും ശ്രദ്ധിക്കുന്നില്ലായിരുന്നു. ഞാൻ ആ ചായ ഗ്ലാസ് അവളുടെ അരികിൽ വെച്ച് അവളുടെ അടുത്ത് ഇരുന്നു. അവൾക്ക് എന്താണ് സംഭവിച്ചതെന്ന് എനിക്ക് ചോദിച്ചറിയണമെന്നുണ്ടായിരു ന്നു. പക്ഷെ എന്റെ ചോദ്യത്തിന് ഒന്നും അവൾ ചെവി കൊടുത്തില്ല. 20 മിനിറ്റോളം ഒന്നും സംസാരിക്കാതെ ഞങ്ങൾ അങ്ങനെ ഇരുന്നു. അവൾക്ക് പോകാനുള്ള ട്രെയിനിന്റെ ശബ്ദം ദൂരെ നിന്ന് കേൾക്കാമാ യിരുന്നു. അപ്പോഴും എന്റെ മനസ്സ് നിറയെ ആശങ്കകളായിരുന്നു.

ഈ സമയത്ത് ഒറ്റയ്ക്ക് അവളെ പറഞ്ഞയക്കണോ?

അവൾക്കൊപ്പം കൂടെ പോയാലോ?

കൈയ്യിൽ കാശ് വല്ലതും ഉണ്ടാകുമോ?

അവിടെ എത്തിയാൽ വീട്ടിലേക്ക് എങ്ങനെ പോവും?

അങ്ങനെ നൂറു നൂറു ചിന്തകൾ...

പോക്കറ്റിൽ കയ്യിട്ടപ്പോൾ എന്നോ മറന്നു വെച്ച ഒരു 500 രൂപ നോട്ട് കയ്യിൽ തടഞ്ഞു. അതെടുത്ത് അവളുടെ കയ്യിൽ വെച്ച കൊടുത്തു. ഒന്നും മിണ്ടാതെ അവളെന്റെ മുഖത്തേക്ക് തന്നെ നോക്കി നിന്നു. അപ്പോഴേ ക്കും ട്രെയിൻ വന്നിരുന്നു. "നിനക്ക് പോകാനുള്ള ട്രെയിൻ ഇതാണ്." അവൾ അവിടെ നിന്ന് എഴുന്നേറ്റ് മെല്ലെ ട്രെയിനിന്റെ അടുത്തേക്ക് നടന്നു. ട്രെയിനിൽ തിരക്ക് കുറവായിരുന്നു. ജനറൽ കംപാർട്മെ ന്റായിട്ടും സീറ്റുകൾ പലയും ഒഴിഞ്ഞു കിടക്കുന്നത് വിൻഡോയിലൂടെ നോക്കിയാൽ കാണാമായിരുന്നു. അവൾ അകത്ത് കയറി ഒരു വിൻഡോ സീറ്റിൽ ഇരുന്നു.

എന്റെ മനസ് മുഴുവൻ അവളെ പറ്റിയുള്ള ചിന്തകൾ കൊണ്ട് നിറഞ്ഞു. അവൾ നാട്ടിൽ എത്തിയോയെന്ന് എങ്ങനെ അറിയും? അവളെ കോണ്ടാക്ട് ചെയ്യാൻ വേറെ വഴിയൊന്നുമില്ലാത്തതിനാൽ തന്നെ ഞാൻ നമ്പർ ചോദിക്കാൻ തീരുമാനിച്ചു.

"കുട്ടിയെ വിളിച്ചാൽ കിട്ടുന്ന നമ്പർ വല്ലതുമുണ്ടോ?" അവൾ എന്റെ മുഖത്തേക്ക് തന്നെ നോക്കി നിന്നു. അപ്പോൾ തന്നെ ട്രെയിനിന്റെ

എഞ്ചിൻ സ്റ്റാർട്ട് ചെയ്ത ശബ്ദം എന്റെ കാതുകളിൽ തുളഞ്ഞു കയറി. ട്രെയിൻ പതിയെ മുന്നോട്ട നീങ്ങി. കരഞ്ഞു കലങ്ങിയ ആ കണ്ണകൾ എന്നിൽ നിന്ന അകന്നകന്ന പോയി.

ട്രെയിൻ പോയയും എനിക്കാകെ ഒരു ശൂന്യത തോന്നി. ഞാൻ ആ ഒഴിഞ്ഞ പ്ലാറ്റ്ഫോമിലെ ഒരു ബെഞ്ചിൽ കുറച്ച് നേരം ഇരുന്നു. പതിയെ പല ചിന്തകളും മനസിലേക്ക് കയറി വന്നു.

അവൾ സുരക്ഷിതമായിട്ട് അവിടെ എത്തുമോ? എങ്ങനെ അറിയും? കോണ്ടാക്ട് ചെയ്യാൻ ഒരു വഴിയും ഇല്ല. എന്തിന് അവളുടെ പേര് പോലും ചോദിക്കാൻ മറന്നു. ആകെ അറിയാവുന്നത് ഒന്ന് മാത്രം. "ബാംഗ്ലൂർ.. കല്പള്ളി ..

കുറച്ചനേരം ഞാൻ അങ്ങനെ ഇരുന്നു.

സമയം നോക്കിയപ്പോൾ 4: 45. അപ്പോഴാണ് എനിക്ക് രാവിലെ മീറ്റിംഗുള്ള കാര്യം ഓർത്തത്. ഇനിയും ഇരുന്നാൽ ശരിയാവില്ല എന്ന് തോന്നി അവിടന്ന് എഴുന്നേറ്റ് വീട്ടിലേക്ക് നടന്നു. വീട്ടിലെത്തിയപ്പോ ഴേക്കും സമയം അഞ്ച്   കഴിഞ്ഞിരുന്നു. നല്ല ക്ഷീണമുണ്ടായിരുന്നതു കൊണ്ട് അപ്പോൾ തന്നെ കിടന്നു.

==

ഓഫീസ്

ഫോൺ അടിക്കുന്ന ശബ്ദം കേട്ടാണ് ഞാൻ കണ്ണ് തുറന്നത്. തപ്പിപ്പിടിച്ച് എടുത്തപ്പോഴേക്കും കട്ടായി. നോക്കിയപ്പോൾ പന്ത്രണ്ട് മിസ്ഡ് കോൾ. എല്ലാം റാഹേലിന്റേതായിരുന്നു. ഫോണിൽ സമയം കണ്ടപ്പോൾ ഞാനൊന്നു ഞെട്ടി. 12:47 അയ്യോ ക്ലൈന്റ് മീറ്റിംഗ് 11:30 ന് ആയിരുന്നല്ലോ. വളരെ ഇമ്പോർട്ടന്റായ മീറ്റിംഗായിരുന്നത്. പെട്ടെ ന്നാണ് റാഹേലിന്റെ കോൾ പിന്നെയും വന്നത്. ആദ്യത്തെ റിങ്ങിൽ തന്നെ കോൾ എടുത്തു.

"എടോ അക്ഷയ്, താൻ ഇതെവിടെ പോയി കിടക്കാ? 11:30 ന് അല്ലായിരുന്നോ ക്ലൈന്റ് മീറ്റിംഗ്. അതിന്റെ വല്ല ബോധവുമുണ്ടോ?" "സോറി ഡീ, ഞാൻ... ഉറങ്ങിപ്പോയി."

"വെള്ളമടിച്ച് ബോധം ഇല്ലാതെ കിടന്നുറങ്ങി കാണും അല്ലേ. ഈയി ടെയായിട്ട് കുറച്ച് കുടിയിട്ടുണ്ട് നിനക്ക്. ഒരു ബോധവും ഇല്ല." "ഏയ് അതൊന്നുമല്ല. ഇന്നലെ ഒരു സംഭവം ഉണ്ടായി. ഞാൻ എല്ലാം വിശദമായി പറയാം." "നീ ഇപ്പോൾ ഒന്നും പറയണ്ട. വേഗം ഓഫീസി ലേക്ക് വരാൻ നോക്ക്. ക്ലൈന്റിന്റെ കൈയ്യും കാലും പിടിച്ച് മീറ്റിംഗ് 3:30 ന് റീഷെഡ്യൂൾ ചെയ്തിട്ടുണ്ട്."

"താങ്ക്സ്.. ഡേ...ഞാനാകെ ടെൻഷനായിരിക്കുകയായിരുന്നു. എന്തായാലും നീ അതൊക്കെ വേണ്ട രീതിയിൽ ഹാൻഡിൽ ചെയ്ത ല്ലോ." "നിന്ന് വാചകടിക്കാതെ വേഗം വരാൻ നോക്ക്."

"ഓക്കെ ഡി...ഞാൻ ഒരു അര മണിക്കൂറിനുള്ളിൽ എത്തും."

അത്രയും പറഞ്ഞ് ഫോൺ കട്ടാക്കി.

റാഹേൽ എന്റെ ഏറ്റവും അടുത്ത സുഹൃത്താണ്. കോളേജിൽ ഞങ്ങൾ ഒരുമിച്ചായിരുന്നു പഠിച്ചത്. ഇപ്പോൾ ഒരേ കമ്പനിയിൽ തന്നെ വർക്കം ചെയ്യുന്നു. കോളേജിൽ പഠിക്കുമ്പോൾ മുതൽ എന്റെ എല്ലാ കാര്യങ്ങളം ഞാൻ അവളോടായിരുന്നു പറയാറ്. ഒരു പക്ഷെ എന്നെ കുറിച്ച് ഏറ്റവും കൂടുതൽ അറിയാവുന്നതും അവൾക്ക തന്നെ ആയിരിക്കും.

ഞാൻ കൂടുതൽ സമയം കളയാതെ പെട്ടെന്നു തന്നെ ഫ്രഷായി കാറെടുത്ത് ഓഫീസിലേക്ക് ഇറങ്ങി. കാറിൽ പോകുമ്പോളൊക്കെ എന്റെ മനസ് നിറയെ ഇന്നലെ നടന്ന സംഭവങ്ങളായിരുന്നു. അവളുടെ മുഖം പലപ്പോഴായി എന്റെ കണ്ണുകളില്ലൂടെ മിന്നിമാഞ്ഞു പോയി. ഒരുപാട് നിഗൂഢതകൾ ഒളിപ്പിച്ചുവെച്ച ആ മുഖം മനസിനെ വല്ലാതെ വേട്ടയാടിക്കൊണ്ടേയിരുന്നു. പതിയെ വല്ലാത്തൊരു കുറ്റബോധവും മനസിലേക്ക് വന്ന് നിറഞ്ഞു. അവളെ തനിച്ച് വിട്ടത് ഒട്ടും ശരിയായില്ല.. ഞാനും അവളുടെ കൂടെ പോവേണ്ടിയിരുന്നില്ലേ..? അവളവിടെ എത്തി ക്കാണുമോ? ഏകദേശം 2:30 ആയപ്പോഴേക്കും ഓഫീസിലെത്തി. ക്രിയേറ്റീവ് സൊലൃഷൻ അതാണ് ഞാൻ വർക്ക് ചെയ്യുന്ന കമ്പനി. ഏതാണ്ട് അഞ്ഞൂറോളം പേർ ഇവിടെ ജോലി ചെയ്യുന്നുണ്ട്. ഞാൻ ഇവിട്ടത്തെ സോഫ്റ്റ്‌വെയർ ആർക്കിട്ടെക്ടാണ്. ഈയിടയായി വർക്ക് പ്രഷറും ഓവർടൈമും പിന്നെ കുറെ അനാവശ്യ മീറ്റിങ്ങും ഡിസ്ക്കഷൻ സും ഒക്കെക്കൊടി ആയപ്പോൾ എനിക്ക് ഓഫീസിലേക്ക് വരാൻ തന്നെ നല്ല മടുപ്പായിരുന്നു.

ഇത്രയും പേർ വർക്ക് ചെയ്യുന്ന കമ്പനിയാണെങ്കിലും പലപ്പോഴും എനിക്കിവിടെയൊരു ഒറ്റപ്പെട്ട അവസ്ഥയാണ്. ആകെയുള്ള ആശ്വാസം റാഹേലാണ്. സത്യം പറഞ്ഞാൽ ഇത്ര ധൃതിപിടിച്ച ഓഫീ സിലേക്ക് വന്നത് തന്നെ റാഹേലിനോട് ഇന്നലെ നടന്ന കാര്യങ്ങളൊ ക്കെ പറയാമെന്നു കരുതിയാണ്. പക്ഷെ ഓഫീസിലെ ഇപ്പോഴത്തെ അവസ്ഥ വെച്ച് അവളോട് സംസാരിക്കാനുള്ള സമയം കിട്ടുമോ എന്നൊക്കെ കണ്ടറിയാം. കാർ ബേസ്മെന്റിൽ പാർക്ക് ചെയ്ത് ഓഫീസിലേക്ക് നടന്നു. പ്രതീക്ഷിച്ചതുപോലെ തന്നെ ഓഫീസിലേക്ക് കാലെടുത്ത് വെച്ചപ്പോൾ അവിടവിടെയായി ഓരോ വിളികൾ വന്നു തുടങ്ങി.

അക്ഷയ്.. കസ്റ്റമർ ഇഷ്യൂ ഉണ്ട്. നീ അതൊന്നു വേഗം നോക്ക്. വളരെ ക്രിട്ടിക്കൽ ആണ്.

അക്ഷയ് ജൂലൈയിലെവർക്കിന്റെസൊലൃഷൻവൈകുന്നേരത്തേക്ക്

കംപ്ലീറ്റ് ആക്കണേ.

ഇന്നലെ വന്ന ബഗ്ഗിന്റെ സ്റ്റാറ്റസ് എന്തായി? നീ അത് അനലൈസ് ചെയ്യോ?

എല്ലാമൊന്ന നോക്കി വന്നപ്പോഴേക്കും മീറ്റിംഗിനുള്ള ടൈമും ആയി. കോൺഫറൻസ് റൂമിൽ വെച്ചാണ് റാഹേലിനെ കണ്ടത്. എങ്ങനെ യെങ്കിലും ഈ മീറ്റിംഗ് ഒന്ന് തീർത്ത് റാഹേലിനോട് ഇന്നലെ നടന്ന സംഭവങ്ങളൊക്കെ പറയാനുള്ള വെമ്പലായിരുന്നു എനിക്ക്.

പക്ഷെ മീറ്റിംഗ് നീണ്ട പോയി. ഏകദേശം മൂന്നു മണിക്കൂർ എടുത്തു തീരാൻ. മീറ്റിംഗ് കഴിഞ്ഞ് എല്ലാവരും പോയെങ്കിലും, ക്ലൈന്റിൽ ഒരാൾ മാത്രം എന്നോട് കാഷ്വലായി ഓരോന്ന് സംസാരിച്ച് അവിടെത്ത ന്നെ ഇരുന്നു. അതിനൊന്നും ഉത്തരം കൊടുക്കാൻ എനിക്കൊരു താല്പര്യവും ഇല്ലായിരുന്നു. എങ്കിലും ഞാൻ കഷ്ടപ്പെട്ട് ചിരിച്ചോണ്ട് ഓരോന്നൊക്കെ പറഞ്ഞൊപ്പിച്ചു. അപ്പോഴും എന്റെ ശ്രദ്ധ മൊത്തം റാഹേലിലായിരുന്നു. കോഫി മെഷീനിൽ നിന്നു കോഫി എടുക്കുന്ന റാഹേലിനെ കോൺഫറൻസ് റൂമിന്റെ ഗ്ലാസിലൂടെ നോക്കിയാൽ കാണാമായിരുന്നു. എത്രയും പെട്ടെന്ന് അവളുടെ അടുത്തെത്തി എല്ലാം പറയാനുള്ള തിടുക്കമായിരുന്നു എനിക്ക്. അതുകൊണ്ട് തന്നെ ക്ലൈന്റി നോട് അത്യാവശ്യമായി കുറച്ച പണി ചെയ്തു തീർക്കാനുണ്ടെന്ന് പറഞ്ഞ് ഞാൻ മെല്ലെ അവിടെനിന്ന് തടിതപ്പി നേരെ അവളുടെ അടുത്തേക്ക് പോയി. റാഹേൽ അവിടെ ഒരു കോഫിയും കുടിച്ച നിൽക്കുകയായിരു ന്നു. ഞാനവളുടെ അടുത്ത് ചെന്നൊന്ന ചിരിച്ച് മെല്ലെ താങ്ക് യൂ എന്ന് പറഞ്ഞു... അവളെന്നെ ഒന്ന കണ്ണുരുട്ടി നോക്കികൊണ്ട പറഞ്ഞു.

"ഇത് വളരെ ഇമ്പോർട്ടന്റ് മീറ്റിംഗ് ആണെന്ന് നിനക്കറിയില്ലെ?"
"അറിയായിരുന്നു...പക്ഷെ പറ്റിപ്പോയി...നീയൊന്ന ക്ഷമിക്ക്. ഇന്നലെ ഒരുപാട് സംഭവങ്ങൾ ഉണ്ടായി. അതൊക്കെ പറഞ്ഞാൽ നീ വിശ്വസി ക്കുമോയെന്ന് എനിക്ക് അറിയില്ല" ഞാൻ പറഞ്ഞു തീർക്കുന്നതിന് മുന്നേ റാഹേൽ തുടർന്നു

" എന്ത് സംഭവം? ഇന്നലെ ബോധമില്ലാതെ കിടന്നുറങ്ങാനും മാത്രം എന്താണുണ്ടായത്?"പെട്ടെന്ന് റാഹേലിന്റെ ഫോൺ റിങ് ചെയ്യാൻ തുടങ്ങി. അവൾ ധൃതിയിൽ ഫോൺ എടുത്തു.

"എടി...ഞാൻ ഇതാ ഇറങ്ങി. ഒരു അഞ്ച് മിനറ്റ്.. ഇപ്പം എത്തും. "അതും പറഞ്ഞവൾ ഫോൺ കട്ടാക്കി വീണ്ടും എന്നോട് സംസാരി ക്കാൻ തുടങ്ങി.

"എടാ എനിക്ക് പെട്ടെന്ന് പോകണം. ദിയ താഴെ വെയിറ്റ്

ചെയ്യുന്നുണ്ട്. നാളെ രാവിലെയാണ് ഞങ്ങൾക്ക് ചെന്നൈയ്ക്ക് പോകേണ്ടത്. അതിന്റെ കുറച്ച് ഷോപ്പിങ്ങുണ്ട്. പിന്നെ നീ എന്നെ രാവിലെ ഒന്ന് റെയിൽവേ സ്റ്റേഷനിൽ ഡ്രോപ്പ് ചെയ്യേണ്ടിവരും. 5 മണിക്കാണ് ട്രെയിൻ." ഫോൺ വീണ്ടും റിങ്ങ് ചെയ്യാൻ തുടങ്ങി. അവൾ തിരക്കപിടിച്ച് കോൾ എടുത്ത് എന്തൊക്കെയോ പറഞ്ഞു. അതിനിടയിൽ എന്നോട് രാവിലെ കാണാമെന്ന കൈ കൊണ്ട് കാണിച്ച ധൃതിയിൽ അവിടെ നിന്ന് പോയി. അവൾ പോയിക്കഴിഞ്ഞ തിന്ന ശേഷം എന്താണെന്നറിയില്ല വല്ലാത്ത ഒരു മൂകത. എല്ലാംകൂടെ മനസ്സിൽ കിടന്ന് വിങ്ങി പൊട്ടുന്നതുപോലെ... കുറച്ച നേരം അങ്ങനെ ഇരുന്നു. സമയം ഏതാണ്ട് എട്ട് കഴിഞ്ഞു. വിരലിലെണ്ണാവുന്നവർ മാത്രമേ ഓഫീസിലുള്ളൂ. ബാക്കി എല്ലാവരും പോയിക്കഴിഞ്ഞിരുന്നു. എനിക്കാണെൽ നേരത്തെ ഏല്പിച്ച കുറച്ച് പണി കൂടെ ബാക്കിയുണ്ട്. ഞാൻ പണികൾ ഓരോന്നായി ചെയ്ത തീർക്കാൻ ശ്രമിക്കുന്നുണ്ടെങ്കിലും ഒന്നിലും ശ്രദ്ധ കേന്ദ്രീകരിക്കാൻ കഴിഞ്ഞില്ല. ഒരു ഒൻപതര ആയപ്പോ ഴേക്കും ഞാനൊഴികെ അവസാനത്തെ ആളും പോയി. ഞാനിരിക്കുന്ന ഭാഗം ഒഴിച്ച് ബാക്കി എല്ലായിടത്തും ഇരുട്ടായിരുന്നു. ചുറ്റപാട്ടും ഇരുട്ടും കുറേ ഒഴിഞ്ഞ കസേരകളും മാത്രം.

മുമ്പും ഇതുപോലെ ഓഫീസിൽ ഒറ്റയ്ക്കിരിക്കേണ്ടി വന്നിട്ടുണ്ട്. അങ്ങനെ ഇരിക്കുമ്പോഴൊക്കെ പറഞ്ഞറിയിക്കാനാവാത്ത വിധം വികാരവിചാ രങ്ങൾ എന്നിൽ വന്ന് നിറയാറുണ്ട്. പകൽ സമയങ്ങളിൽ തിരക്കകളും ഒച്ചപ്പാട്ടുകളും. ഒട്ടവിൽ രാത്രിയുടെ ഏകാന്തതയിൽ നിശ്ചലമായി നിൽക്കുന്ന ഓഫീസിനൊരു പ്രത്യേക ഭംഗിയാണ്. എന്റെ സീറ്റിന്റെ വലത്തേ അറ്റത്തെ മുറിയാണ് സെർവർ റൂം. അവിടേക്ക് നോക്കിയാൽ പല വർണ്ണങ്ങളിൽ മിന്നി കളിക്കുന്ന എൽ.ഇ.ഡി ബൾബുകൾ കാണാം. കാവ്യഭാവനയിൽ അവയെ നിരീക്ഷിച്ചാൽ അവ പരസ്പരം സംസാരിക്ക കയാണോ എന്നെനിക്ക് തോന്നാറുണ്ട്. പക്ഷെ ഇന്ന് എന്റെ മനസ്സിൽ ഭാവനയൊന്നും ഉണ്ടായിരുന്നില്ല. മൊത്തം ഇന്നലത്തെ രാത്രിയും, നടന്ന സംഭവങ്ങളും മാത്രം... അവളുടെ കൈയ്യിലെ മുറിപ്പാട്ടകൾ ഇപ്പോഴും എന്നെ വീർപ്പമുട്ടിക്കുന്നു. എന്തായിരിക്കും അവൾക്ക് സംഭ വിച്ചത്? അവളെ ഹോസ്പിറ്റലിലേക്ക് ആയിരുന്നില്ലേ കൊണ്ട പോവേ ണ്ടിയിരുന്നത്? ഛെ എനിക്കെന്തേ അപ്പോ അങ്ങനെ തോന്നീലാ. എന്റെ മനസാകെ അസ്വസ്ഥമാവാൻ തുടങ്ങി.

ഞാൻ അവിടുന്നെഴുന്നേറ്റ് കോഫി മെഷീനിന്റെ അടുത്തുള്ള ജനവാ തിലിന്റെ നേരെ നടന്നു. റാഹേലിന്നും എനിക്കും ഓഫീസിൽ ഏറ്റവും ഇഷ്ടമുള്ള സ്ഥലമാണത്. ഞങ്ങൾ പലപ്പോഴും ഒരു കോഫിയുമായി

അവിടെ നിന്ന് ഒരുപാട് സംസാരിക്കാറുണ്ട്. പക്ഷെ ഇപ്പോൾ അതിനൊന്നും അധികം സമയം കിട്ടാറില്ല. എപ്പോഴും തിരക്കാണ്. അവസാനമായിട്ട് റാഹേലും ഞാനും അതുപോലെ നിന്ന് സംസാരിച്ചത് സ്വാതിയുടെ കല്ല്യാണത്തിന്റെ അന്നാണ്. സ്വാതിയുടെ കല്ല്യാണം കഴി ഞ്ഞിട്ടിപ്പോൾ ഏകദേശം ആറ് മാസമായിക്കാണും. അന്ന് ഞാൻ നല്ല വിഷമത്തിലായിരുന്നു. പക്ഷെ ഇപ്പോൾ അതൊക്കെ ഒന്ന കുറഞ്ഞു.

ഞാൻ നടന്ന് ജനവാതിലിലൂടെ വെറുതെ പുറത്തേക്ക നോക്കി. പുറത്ത് നല്ല മഴയാണ്. പതിയെ ഞാൻ ആ ജനവാതിലിന്റെ ഗ്ലാസ് കുറച്ച് നീക്കി. നല്ല തണുത്ത കാറ്റും, മഴച്ചാറ്റലും എന്റെ മുഖത്തെ തൊട്ട തലോടിക്കൊണ്ടിരുന്നു. പെട്ടെന്ന് എന്റെ ഫോണൊന്ന് വൈബ്രേറ്റ് ചെയ്തു. ബാറ്ററി തീരാനായിരിക്കുന്നു. അപ്പോഴാണ് സമയം ശ്രദ്ധിക്ക ന്നത്. "10:25." എനിക്കാണെങ്കിൽ നല്ല വിശപ്പും ഉണ്ടായിരുന്നു. പണി എടുക്കാൻ ഒട്ടും താല്പര്യവും ഇല്ല. ഇനിയും ഒരുപാട്ട പണി ചെയ്ത തീർ ക്കാനുണ്ടെങ്കിലും ഞാൻ അത് കാര്യമാക്കാതെ കംപ്യൂട്ടർ ഓഫാക്കി പുറത്തേക്ക നടന്നു. കാർ എടുത്ത് റോഡിൽ എത്തിയപ്പോഴേക്കും മഴ ശക്തിയായി പെയ്ത് ഇടങ്ങിയിരുന്നു.

രണ്ട ദിവസം മുമ്പ് കൺമുന്നിൽ വെച്ച് ഒരു ആക്സിഡന്റ് കണ്ട ശേഷം പതിവില്ലും മെല്ലെയാണ് ഞാൻ കാർ ഓടിക്കാറ്. നമ്മുടെ നാട്ടിലെ റോഡുകളുടെ പരിതാപകരമായ അവസ്ഥ കണക്കിലെടുത് താൽ മഴക്കാലത്ത് വണ്ടി ഓടിക്കുന്നത് വളരെ റിസ്കി ആണ്. പക്ഷെ എന്തൊക്കെ പറഞ്ഞാലും രാത്രിയിലെ ചാറ്റൽ മഴയിലൂടെയുള്ള ഡ്രൈവിങ്ങ് ഒരു പ്രത്യേക അനുഭൂതിയാണ്. അത്തരം അന്തരീക്ഷം പലപ്പോഴും മനസ്സിനെ വളരെ ശാന്തമാക്കാറുണ്ട്. ഇപ്പോൾ ഈ സെക്ക ന്റിലും ചെറുതായിട്ട് ഞാൻ ആ ശാന്തത അനുഭവിക്കുന്നു.

കുറച്ച ദൂരം മുന്നോട്ട് പോയപ്പോൾ തന്നെ ഒരു ഹോട്ടൽ കണ്ടു. നല്ല വിശപ്പുള്ളതിനാൽ ഞാൻ ആ ഹോട്ടലിന്റെ മുന്നിലേക്ക് കാർ നിർത്തി. മഴയായതിനാൽ പലരും ഹോട്ടലിന് മുന്നിൽ കയറി നിൽപ്പുണ്ടായിരു ന്നു. ഞാൻ ഹോട്ടലിന്റെ അകത്തേക്ക് കയറി. അവിടെ ആകെ ഒന്നോ രണ്ടോ പേർ മാത്രമേ ഉണ്ടായിരുന്നുള്ളൂ. കാഷ്യറും വെയ്റ്ററും ചുമരിലുള്ള ടി.വി യിൽ ന്യൂസ് കണ്ടോണ്ട് നിൽക്കുകയായിരുന്നു.

ഞാൻ ടി.വി ക്ക് എതിർ വശത്തുള്ള സീറ്റിലിരുന്നു. ഭക്ഷണം ഓർഡർ ചെയ്ത ശേഷം ടി.വിയിൽ നോക്കി ഞാനങ്ങനെ ഇരുന്നു. ടി.വിയിലെ ന്യൂസ് മുഴുവൻ മഴക്കാല ദുരിതങ്ങളെ കുറിച്ചായിരുന്നു. കൃഷി നാശവും വെള്ളപ്പൊക്കവും റോഡ് ആക്സിഡന്റ്സുമൊക്കെയായിരുന്നു പ്രധാന വിഷയം. ന്യൂസ് കണ്ടോണ്ടിരിക്കുന്നതിനിടയിൽ വെയ്റ്റർ ഫുഡ്ഡുമായി

എന്റെ ടേബിളിൽ എത്തി. ഒരു നിമിഷം എന്റെ ശ്രദ്ധ ടി.വിയിൽ നിന്നും മാറി വെയ്റ്ററിലായി. പിന്നെ അയാൾ പോയി കഴിഞ്ഞതിന് ശേഷമാണ് ഞാൻ ടി.വിയിലേക്ക് നോക്കുന്നത്.

ഞാനാകെ തരിച്ച നിന്ന പോയി. എന്റെ ഹൃദയം നിലച്ച പോയതുപോലെ. ടി.വിയിൽ ഞാൻ കണ്ടത് അവളുടെ മുഖമായിരുന്ന. രണ്ട ദിവസം മുന്നേ തൊണ്ടയാട് നടന്ന ആക്സിഡന്റിൽ യുവതിയട ക്കം മരിച്ചത് മൂന്ന പേർ എന്ന അടിക്കുറിപ്പോട്ട കൂടിയ വാർത്തയായിരു ന്ന അതിൽ. അവളുടെ മുഖം കണ്ടതും ഞാനാകെ തണുത്ത് മരവിച്ചള പോലെയായി. കുറച്ച സെക്കൻഡുകൾ എന്താണ് സംഭവിക്കുന്നതെന്ന് അറിയാതെ ഞാനാ മരവിപ്പിൽ അങ്ങനെ നിന്ന. പതിയെ മനസ് യാഥാർഥ്യത്തിലേക്ക് തിരിച്ച വന്നുകൊണ്ടിരിക്കെ, ഞാൻ ആശങ്ക യോടെ ടി.വിയിലേക്ക് നോക്കി. എന്റെ ആശങ്കകളെ പതിന്മടങ്ങ് വർദ്ധിപ്പിക്കാനെന്നോണം അടുത്ത നിമിഷം തന്നെ കറന്റ് പോയി.

=====================================

ഇരുട്ട്

എനിക്ക് മുന്നിൽ എങ്ങും പരന്ന കിടക്കുന്ന ഇരുട്ട്. കോരിച്ചൊരി യുന്ന മഴയുടെയും, ആളുകൾ പരസ്പരം സംസാരിക്കുന്നതിന്റെയും, ഇരുട്ടിൽ പരതുന്നതിന്റെയും ശബ്ദങ്ങൾ എന്റെ കാതിന്ചുറ്റും വലയം ചെയ്തു നിന്നു.

പെട്ടെന്ന് എവിടെ നിന്നോ തെളിഞ്ഞ ഫ്ലാഷ് ലൈറ്റിന്റെ വെളിച്ചം ആ ഇരുട്ടിന്റെ കാഠിന്യത്തെ അൽപമൊന്ന് കുറച്ചു. മങ്ങിയ വെളിച്ച ത്തിൽ കണ്ട അവളുടെ ആ കരഞ്ഞു കലങ്ങിയ മുഖം ഞാൻ ഓർത്തെടു ത്തു. ആ മുഖം തന്നെയായിരുന്നോ ഞാൻ ടി.വിയിൽ കണ്ടത്? അതോ എനിക്ക് തെറ്റിയതാണോ? സംശയത്താലും ആശങ്കയാലും എന്റെ മനസ്സാകെ നീറിപ്പുകഞ്ഞു. എന്റെ വികാരങ്ങൾ ഓരോ നിമിഷവും മാറിക്കൊണ്ടേയിരുന്നു. ആശങ്കയിൽ നിന്നും ഭയത്തിലേക്ക്. ഭയത്തിൽ നിന്ന് സങ്കടത്തിലേക്ക്.. സങ്കടത്തിൽ നിന്ന് സംശയത്തിലേക്ക്. ഒരു പക്ഷേ ആ മുഖം അവളുടേത് തന്നെയാണെങ്കിൽ... എന്താണ് അതി നർത്ഥം? ഞാൻ കണ്ടത് ഒരു യക്ഷിയെ ആണെന്നാണോ?

ഭയത്തിന്റെ വേരുകൾ എന്റെയുള്ളിൽ പതിയെ മുളച്ച പടരാൻ തുടങ്ങി. ആ ഫ്ലാഷ് ലൈറ്റിന്റെ നേർത്ത വെളിച്ചം പോലും എന്റെ ഉള്ളിൽ ഭീതിയുടെ നിഴൽ പടർത്തി. ഓരോ സെക്കന്റിലും എന്റെ ഹൃദയമിടിപ്പ് കൂടിക്കൂടി വന്നു. യാന്ത്രികമായെന്തോ ചെയ്യുന്നതെ ന്നോണം ഞാൻ കസേരയിൽ നിന്നെഴുന്നേറ്റ് വാഷ്റൂമിലേക്ക് പോയി. പൈപ്പിലെ തണുത്ത വെള്ളം എന്റെ തണുത്തു മരവിച്ച കരങ്ങളാൽ സ്പർശിച്ചപ്പോൾ ദേഹമാസകലം ഒരു തണുപ്പ് പടരുന്നതുപോലെ..

എന്റെ ചിന്തകൾ വീണ്ടും ആ ബീച്ചിലേക്ക് പോയി. ആ തണുത്ത കാറ്റ് വീണ്ടും തൊട്ട് തലോടുന്നതുപോലെ... ബീച്ചിൽ ഒറ്റക്കിരിക്കുന്ന അവളെ ആദ്യം കണ്ടപ്പോൾ എന്റെ ഉള്ളിലൊരു ഭയമാണ് ഉണ്ടായത്. പിന്നെ അതൊരു അനുകമ്പയായി, പിന്നീട് എപ്പോഴോ അത് ഒരു തരം ഇഷ്ടമായി മാറിയോ എന്നൊരു തോന്നൽ! ഒരിക്കൽക്കൂടി അവളെ ക്കണ്ടെങ്കിൽ എന്ന് ഞാനാഗ്രഹിച്ചിരുന്നു. പക്ഷെ അത് ഒരിക്കലും ഇങ്ങനെയായിരുന്നില്ല...

ഞാൻ പെട്ടെന്ന് തന്നെ കൈയും മുഖവും കഴുകി നേരെ ബിൽ കൗണ്ട റിലേക്ക് നടന്നു. ബിൽ കൊടുത്ത് പുറത്തേക്കിറങ്ങുമ്പോഴും മഴയുടെ ശക്തി ഒട്ടും തന്നെ കുറഞ്ഞിരുന്നില്ല. കോരിച്ചൊരിയുന്ന മഴയും, കണ്ണ് കാണാത്ത വിധമുള്ള ഇരുട്ടും, ആഞ്ഞടിക്കുന്ന കാറ്റും, സിംഹത്തെ പ്പോലെ ഗർജ്ജിക്കുന്ന ഇടിയും, ലേസർ ഷോയിൽ ഉള്ളത് പോലെ മിന്നി മാറുന്ന മിന്നലും എന്റെ ഭയത്തെ വർദ്ധിപ്പിച്ചുകൊണ്ടേയിരുന്നു. ഞാൻ വേഗം തന്നെ കാറിൽക്കയറി വീട്ടിലേക്ക് പോയി. വീടിന്റെ പരിസരം മുഴുവൻ ഇരുട്ടിലാണ്. വരുന്ന വഴി മരം വീണു തകർന്നു കിടക്കുന്ന ഇലക്ട്രിക്ക് കമ്പികൾ ഞാൻ ശ്രദ്ധിച്ചിരുന്നു. വീട്ടിലൊരു ഇൻവെർട്ടർ വെക്കാത്തതിൽ ഞാൻ ഇപ്പോൾ ഖേദിക്കുന്നു. വണ്ടി പാർക്ക് ചെയ്ത് ഞാൻ പുറത്തേക്കിറങ്ങി. മഴ ഇപ്പോഴും തകർത്ത് പെയ്യുകയാണ്. കാറ്റ് അല്പം ശാന്തമായിട്ടുണ്ടെങ്കിലും ഇടിയുടെ ശക്തി കൂടിക്കൊണ്ടേയിരുന്നു. പെട്ടെന്നാണ് ഫോൺ വൈബ്രേറ്റ് ചെയ്തത്.

Battery low. your phone will shutdown in 30 seconds. അടുത്ത 30 സെക്കൻഡിൽ തന്നെ ഫോൺ ഓഫാവുകയും ചെയ്തു.

ഫോൺ ചാർജ് ചെയ്യാൻ കറന്റ് ഇല്ലല്ലോ എന്നാലോചിച്ചപ്പോൾ എന്തോ വല്ലാത്ത ഒരു ടെൻഷൻ പോലെ... ഈ കാലത്ത് പെട്ടെന്ന് ഒരാവശ്യം വന്നാൽ മൊബൈൽ ഫോണും ഇന്റർനെറ്റും ഇല്ലാത്ത അവസ്ഥയാണ് മനുഷ്യനെ ഏറ്റവും കൂടുതൽ ഭയപ്പെടുത്തുന്നതെന്ന് എനിക്ക് പലപ്പോഴും തോന്നിയിട്ടുണ്ട്. ഇപ്പോഴത് ഞാൻ ശരിക്കും അനുഭവിക്കുന്നു.

വീടിനകത്തും പൂർണ്ണമായ ഇരുട്ടാണ്. വീട്ടിലൊരു മെഴുകുതിരിയോ എമർജൻസി ലാമ്പോ ഇല്ല എന്ന ബോധം എന്നെ വല്ലാതെ അലട്ടി. കറന്റ് വന്നില്ലെങ്കിൽ ഇന്ന് മൊത്തം ഈ ഇരുട്ടിൽ ഇരിക്കേണ്ടി വരുമെന്ന് തീർച്ച. ഇരുട്ടിനെ ഒരുപാട് ഭയന്ന ഒരു കാലമുണ്ടായിരുന്നു എനിക്ക്. അച്ഛനും അമ്മയും മരിച്ചതിന് ശേഷമുള്ള 3-4 വർഷങ്ങൾ. എനിക്കന്ന് ഇരുട്ടിലേക്ക് നോക്കാൻ തന്നെ വല്ലാത്ത ഭയമായിരുന്നു. ചെറുപ്പത്തിൽ പറഞ്ഞ് കേട്ട പ്രേത കഥകളും, അച്ഛനും അമ്മയും

പെട്ടെന്ന് നഷ്ടപ്പെട്ട ഷോക്കും എല്ലാമാവാം അതിന കാരണം. പക്ഷെ അന്നൊക്കെ ആശ്വസിപ്പിക്കാനും ഭയത്തെ കുറയ്ക്കാനും അച്ഛമ്മയുണ്ടായിരുന്നു. കറണ്ട് പോയി ഇരുട്ടിൽ ആവുമ്പോൾ പേടിച്ച് വിറച്ച് ഇരിക്കുന്ന എന്നെ അച്ഛമ്മ ചേർത്ത് പിടിച്ച് തലയിൽ തലോടി വാത്സല്യത്തോടെ നെറ്റികെയിൽ ഉമ്മ വെച്ച് ധൈര്യം പകരുമായിരുന്നു. അങ്ങനെ പതിയെ പതിയെ ആ ഭയം പൂർണ്ണമായി ഇല്ലാതായി. പക്ഷെ കൂടെ ആരുമില്ലാത്ത ഈ നിമിഷം ഞാൻ ഇരുട്ടിനെ വല്ലാതെ ഭയക്കുന്നു. പണ്ടത്തെപ്പോലെ എന്നെ ചേർത്ത് പിടിക്കാനും ആശ്വസിപ്പിക്കാനും അച്ഛമ്മ ഉണ്ടായിരുന്നെങ്കില്ലെന്ന് ഞാൻ വെറുതെ ആഗ്രഹിച്ച പോകുന്നു. അച്ഛമ്മ എന്നെ വിട്ട പോയിട്ട് ഏകദേശം 5 കൊല്ലമായി. ഇപ്പോൾ ശരിക്കും ഞാനൊരനാഥനാണ്. എന്റെ ജീവിതത്തിൽ റാഹേലിനെ പോലെ ഒരു സുഹൃത്ത് കൂടി ഇല്ലായിരുന്നെങ്കിൽ ജീവിതം തീർത്തും ശൂന്യമായേനെ...

മറ്റൊന്നും ചെയ്യാൻ ഇല്ലാത്തതിനാൽ ഞാൻ വേഗം റൂമിൽ പോയി മൂടിപ്പുതച്ച് കിടന്നു. ഉറക്കം വരുന്നില്ലെങ്കിലും കോരിച്ചൊരിയുന്ന മഴയുടെ ശബ്ദത്തെ കാതോർത്ത് കണ്ണടച്ച് അങ്ങനെ കിടന്നു. അവ്യക്തമായൊരു ശബ്ദം കേട്ടാണ് ഞാൻ കണ്ണ് തുറന്നത്. അല്പ നേരം ഉറങ്ങി എന്ന് തോന്നുന്നു. കയ്യിൽ കെട്ടിയിരിക്കുന്ന സ്മാർട്ട് ബാൻഡിലേക്കു നോക്കിയപ്പോൾ സമയം 2 മണി. എത്ര മണിക്ക് കിടന്നതാണെന്ന് ഓർമ്മയില്ല. എന്തായാലും കുറച്ച് നേരം ഉറങ്ങിയിട്ടുണ്ട്. എന്റെ വീടിന്റെ താഴത്തെ നിലയിൽ നിന്ന് വീണ്ടും ഒരു അവ്യക്തമായ ശബ്ദം കേട്ടു. ഭയം മനസിനെ കാർന്നു തിന്നുന്നു. സ്ഥിരമായി ഉറങ്ങുന്ന ഈ മുറി പോലും ഇരുട്ടിൽ അപരിചിതമായയതുപോലെ...

അവ്യക്തമായ പല ശബ്ദങ്ങൾ വീണ്ടും കേൾക്കാൻ തുടങ്ങി. മറ്റൊന്നും ചെയ്യാൻ ഇല്ലാത്തയുകൊണ്ട് തന്നെ ധൈര്യം സംഭരിച്ച് താഴെ ചെന്ന് നോക്കാൻ തീരുമാനിച്ചു. റൂമിൽ നിന്ന് പുറത്തിറങ്ങിയപ്പോൾ ഞാനൊന്ന് ഞെട്ടി. വീടിന്റെ അവിടവിടെങ്ങളായി ഒരുപാട് മെഴുകുതിരികൾ കത്തിച്ചുവെച്ചിരിക്കുന്നു. അന്തരീക്ഷത്തിൽ ഇതുവരെ ഇല്ലാത്ത ഒരു പ്രത്യേക സുഗന്ധം. ഞാൻ ഒരു സ്വപ്നത്തിന്റെ നടുവിൽ ആണോ എന്നാണ് എന്റെ സംശയം. ഇന്നത്തെ രാത്രി ഭയം എന്നെ വല്ലാതെ കീഴ്പ്പെടുത്തിയിരിക്കുന്നു.

പ്രതീക്ഷിക്കാതെ കണ്ട ആ വാർത്ത തന്നെയാണ് എല്ലാത്തിനും കാരണം. ഞാൻ പതിയെ കോണിപ്പടി ഇറങ്ങി താഴത്തെ നിലയിലേക്ക് നടന്നു. അതാ വീടിന്റെ മുൻ വാതിൽ തുറന്ന് കിടക്കുന്ന എന്താണിത്? ആരാണ് ഇവിടെ കയറിയത്? ഇനി വാതിൽ പൂട്ടിയിരുന്നില്ലേ?

ഭയത്തിൽ മുങ്ങിയ ഈ ചിന്തകൾ മനസിനെ വല്ലാതെ ആകുലപ്പെടു ത്തുന്നുണ്ടായിരുന്നു.

തുറന്നു കിടക്കുന്ന വാതിലിലൂടെ തണുത്ത കാറ്റ് പതിയെ അകത്തേ ക്ക് വന്നുകൊണ്ടേയിരുന്നു. കത്തിക്കൊണ്ടിരിക്കുന്ന മെഴുകുതിരികൾ കാറ്റിന്റെ താളത്തിൽ നൃത്തം വെച്ചു. ചിലത് കാറ്റിനോട് മല്ലിടാനാ വാതെ തോറ്റു പിന്മാറി. ഭീതി ഉണർത്തി നൃത്തം വെക്കുന്ന ആ മങ്ങിയ വെളിച്ചത്തിൽ കർട്ടണിന്റെ പിന്നിലായി ഞാനൊരു ആൾരൂപം കണ്ടു. എന്റെയുള്ളിൽ അവശേഷിക്കുന്ന സർവ ധൈര്യവും വെച്ച് ഞാൻ കർട്ടണിന്റ അടുത്തേക്ക് നടന്നു. പെട്ടെന്ന് എന്തോ ശബ്ദം കേട്ട് ഞാൻ ഞെട്ടി നോക്കുമ്പോൾ അതാ അന്തരീക്ഷത്തിൽ നിന്നും വർണ്ണക്കടലാ സുകൾ വീഴുന്നു. പതിയെ റാഹേലിന്റെ ശബ്ദം കേൾക്കുന്നു.

"ഹാപ്പി ബർത്ത് ഡേ റ്റു.....

ഹാപ്പി ബർത്ത് ഡേ റ്റു യു...

"ആരൊക്കെയോ അത് ഏറ്റു പാടാൻ തുടങ്ങി. പക്ഷെ ഞാൻ അപ്പോഴും ഞെട്ടൽ മാറാതെ തരിച്ചുനില്ലുകയായിരുന്നു.

==

ഓൾഡ് ഫ്രണ്ട്

"എന്താ മോനെ സർപ്രൈസ് ശരിക്കും അങ്ങ് ഏറ്റ എന്ന് തോന്ന നല്ലോ, പേടിച്ചല്ലോ." റാഹേൽ ചിരിച്ചുകൊണ്ട് ചോദിച്ചു. സത്യം പറഞ്ഞാൽ ഈ സർപ്രൈസ് എനിക്ക് അത്ര അങ്ങോട്ട് പിടിച്ചില്ല. ഒരുപക്ഷെ എന്റെ ഇപ്പോഴത്തെ മാനസികാവസ്ഥ കൊണ്ടാവാം. പൊതുവെ ഇതുപോലെയുള്ള സർപ്രൈസ് ഒന്നും എനിക്കത്ര ഇഷ്ട മല്ല. കുറച്ച് സമയത്തേക്ക് എനിക്ക് എന്തോ റാഹേലിനോട് ദേഷ്യം പോലെ തോന്നാൻ തുടങ്ങി.

അതുകൊണ്ട് തന്നെ അധികമൊന്നും സംസാരിക്കാൻ നിൽക്കാതെ എല്ലാം ചിരിച്ചൊഴിവാക്കി വിട്ടു. എന്റെ ഭാവമാറ്റം കണ്ടിട്ടാവണം റാഹേൽ ഒന്ന് സൈലന്റായ പോലെ. ഒരു മണിക്കൂറിൽ തന്നെ സെലിബ്രേഷൻസൊക്കെ തീർത്ത് റാഹേലിന്റെ കൂടെ വന്നവർ ഓരോരുത്തരായി തിരിച്ച പോവാൻ തുടങ്ങി. ആദ്യമായിട്ടാണ് എന്റെ ബെർത്ത്ഡേയ്ക്ക് ഇത്രയും പേരൊക്കെ വരുന്നത്. അതും രാത്രി.

അവരൊക്കെയായിട്ട് എനിക്ക് ശരിക്കും ഫ്രണ്ട്ഷിപ്പുണ്ടോ എന്ന് തന്നെ അറിയില്ല. റാഹേലിന്റെ കൂടെ നടക്കുന്നതുകൊണ്ട് മാത്രം പരിചയപ്പെട്ടവരാണ് അധികവും.

3.30 ആയപ്പോഴേക്കും റാഹേലൊഴികെ എല്ലാവരും പോയിരുന്നു. റാഹേലിനെ റെയിൽവേ സ്റ്റേഷനിൽ ഡ്രോപ്പ് ചെയ്യാനുള്ളത് കൊണ്ട് അവൾ ഇവിടെത്തന്നെ നിന്നു. എന്റെ മനസിൽ ഇപ്പോഴും ഒരിത്തിരി ദേഷ്യമുണ്ടായിരുന്നു. അതുകൊണ്ട് തന്നെ ഞാൻ റാഹേലിനോട് ഒന്നും സംസാരിക്കാൻ പോയില്ല.

ഞാൻ പതിയെ ഡൈനിങ് ടേബിളൊക്കെ ക്ലീൻ ചെയ്യാൻ തുടങ്ങി. ടേബിൾ നിറയെ ഗില്ലറ്റ് പൗഡറും കേക്കിന്റെ ക്രീമുമൊക്കെയായി ആകെ അലങ്കോലമായിരുന്നു. പതിയെ റാഹേൽ എന്റെ അടുത്ത് സംസാരിക്കാൻ തുടങ്ങി.

"എടാ നിനക്ക പിടിച്ചില്ലാ അല്ലേ. ഞാൻ നിനക്ക് ഒരു സർപ്രൈസ് ആയിക്കോട്ടെ എന്ന് കരുതി ചെയ്തത് അല്ലെ.."ഞാൻ എന്റെ ഭാവം മാറ്റാൻ നിന്നില്ല. അവൾ പറഞ്ഞതൊന്നും ശ്രദ്ധിക്കാതെ ഡൈനിങ് ടേബിൾ തുടച്ച കൊണ്ട് നിന്നു.

അവൾ പിന്നെയും എന്റെ അടുത്തേക്ക് വന്നു.

"ഇങ്ങനെ ചൂടാവല്ലെടോ...

"എനിക്ക് അങ്ങനെ കുറെ നേരമൊന്നും റാഹേലുമായി വഴക്കിട്ട് നിൽക്കാൻ പറ്റാറില്ല. അതും അല്ല ഇപ്പോഴാണെങ്കിൽ വഴക്കിടാനും തമാശ പറയാനുമൊക്കെ ആകെയുള്ളത് റാഹേൽ മാത്രമാണ്.

ഞാൻ പതിയെ റാഹേലിനെ നോക്കി ചിരിച്ച ...

"ഹാഹാ .. എനിക്ക് ശരിക്കും ദേഷ്യം വന്നെന്ന് കരുതിയല്ലെ?

ഹഹാ. എന്നെ ഇങ്ങനെയൊക്കെ ഞെട്ടിച്ചാൽ ഞാനും ഇതുപോലെ ചെറിയ ഡോസെങ്കിലും തരണ്ടേ ..ഹ്ഹ.

"എനിക്ക് ശരിക്കും ദേഷ്യം പിടിച്ചിരുന്നെങ്കിലും വെറുതെ അത് കാണി ക്കണ്ടാന്ന് കരുതി വിഷയം അങ്ങനെ അങ്ങ് മാറ്റി. കറന്റ് ഇപ്പോഴും വന്നിട്ടില്ല. മെഴുകുതിരികളെല്ലാം കത്തി തീരാനായി. പെട്ടെന്ന് റാഹേൽ എന്നോട് ചോദിച്ചു. നിനക്ക് സ്വാതിയെ മിസ്സ് ചെയ്യാറുണ്ടോ?

സ്വാതി..സ്വാതി.. ഞാൻ പതിയെ ആ പേര് ഉരുവിട്ട...ഒരൽപ്പം ശബ്ദ മുയർത്തിക്കൊണ്ട് റാഹേലിനെ നോക്കിക്കൊണ്ട് പറഞ്ഞു.

"അറിയില്ല." റാഹേൽ ഒന്ന് മൂളി. റാഹേലിന് പോകാനുള്ള സമയ മായിത്തുടങ്ങിയിരുന്നു. അധികം വൈകാതെ കാറ്റുമെടുത്ത് ഞങ്ങൾ റെയിൽവേ സ്റ്റേഷനിലേക്ക് പുറപ്പെട്ടു. പുറത്തിപ്പോഴും മഴ ചാറുന്നുണ്ട്. കൂടാതെ ഇടക്കിടെയുള്ള ഇടിയും മിന്നലും.

കാർ ഓടിക്കുമ്പോഴും മനസ്സിൽ റാഹേലിന്റെ ആ ചോദ്യമായിരുന്നു. സ്വാതിയെ മിസ് ചെയ്യുന്നുണ്ടോ എന്ന്. സ്വാതിയുടെ കല്യാണത്തിന് ശേഷം ഞാൻ വളരെ ഡിപ്രസ്ഡായിരുന്നു. കുറച്ച് സമയമെടുത്തു ഒന്ന് സ്റ്റേബിൾ ആവാൻ. ഇപ്പോഴും പൂർണ്ണമായി സ്റ്റേബിൾ ആയോ എന്ന് ചോദിച്ചാൽ എനിക്ക് ഉറപ്പില്ല. പലപ്പോഴും അവളുടെ ഓർമ്മകൾ എന്റെ മനസ്സിനെ വേട്ടയാടാറുണ്ട്. റെയിൽവേ സ്റ്റേഷനിലേക്ക് ഇവിടെ നിന്ന്

അധികം ദൂരം ഇല്ലാത്തതിനാലും ട്രാഫിക്ക് വളരെ കുറവായതുകൊണ്ടും ഒരു 10 മിനിറ്റുകൊണ്ട് തന്നെ സ്റ്റേഷനിലെത്തി. ദിയ അവളെ വെയിറ്റ് ചെയ്ത് റെയിൽവേ സ്റ്റേഷന്റെ മുന്നിൽ തന്നെ നിൽക്കുന്നുണ്ടായിരുന്നു. അവർക്കെന്തോ തിരക്കുള്ളത് കാരണം ബർത്ത്ഡേ സെലിബ്രേഷന് വന്നിരുന്നില്ല.

ഇന്നലെ നടന്ന സംഭവമൊന്നും റാഹേലിനോട് ഞാൻ ഇപ്പോഴും പറഞ്ഞിട്ടില്ല. അതൊക്കെ ഇപ്പോൾ പറഞ്ഞാൽ ചിലപ്പോൾ അവൾ എന്നെ കളിയാക്കും എന്നൊരു തോന്നൽ. പക്ഷെ എനിക്ക് ആരോ ടെങ്കിലുമൊന്ന് പറയണമെന്നുണ്ടായിരുന്നു. പക്ഷെ അങ്ങനെയെല്ലാം പറയാൻ പറ്റിയ മറ്റൊരു സുഹൃത്ത് എനിക്കില്ല. ഇനി എന്തായാലും അവൾ തിരിച്ച വന്നിട്ട് പറയാം.

പോവുന്നതിന് മുന്നേ ദിയ എന്നോട് സർപ്രൈസ് എങ്ങനെ ഉണ്ടായി രുന്നന്നെന്ന് ചോദിച്ചു. ഞാൻ ഒരു തമാശ ഭാവത്തിൽ,

"നട്ട പാതിരക്ക് ഒരാളെ പേടിപ്പിക്കുന്നത് ആണോ സർപ്രൈസ്." അവൾ അപ്പൊ തന്നെ പല്ല് ഒന്ന് ഇളിച്ചു "ഈൗ" എന്ന് ആക്കി ചിരിച്ച തിനു ശേഷം എന്നോട് ചോദിച്ചു.

"എന്നിട്ട് വേറെ സർപ്രൈസൊന്നും കിട്ടീലേ...?"

"വേറെന്ത്?"

ഞാൻ തിരിച്ച ചോദിച്ചു. അവൾ റാഹേലിനെയൊന്ന് നോക്കിയ ശേഷം"എന്നാ ഒരു വലിയ സർപ്രൈസ് കൂടി വരാനുണ്ട്. അത് നീ വഴിയേ അറിഞ്ഞോളും..." ഇതും പറഞ്ഞ് അവൾ റാഹേലിനെയും കൂട്ടി റെയിൽവേ സ്റ്റേഷന്റെ അകത്തേക്ക് പോയി. പോകുന്നവഴിക്ക് അവൾ കൈകൊണ്ട് ബൈ എന്നു കാണിക്കുന്നുണ്ടായിരുന്നു.

അത് എന്തായിരിക്കും ആ സർപ്രൈസ്? എത്ര ആലോചിച്ചിട്ടും ഒരു പിടിയും കിട്ടിയില്ല. കാറിന്റെ സ്റ്റീരിയോയിൽ ദി ബീറ്റിൽസിന്റെ ഹേ ജൂഡ് പാട്ടും കേട്ട് പതിയെ വീട്ടിലേക്ക് തിരിച്ച വണ്ടി ഓടിക്കാൻ തുടങ്ങി. എന്റെ അച്ഛൻ ബീറ്റിൽസിന്റെ ഒരു വലിയ ആരാധകനായിരുന്നു.

ബീറ്റിൽസിന്റെ ഒട്ടമിക്ക ആൽബത്തിന്റെ കാസറ്റുകളും അച്ഛന്റെ കൈയ്യിലുണ്ടായിരുന്നു. അത് സ്റ്റീരിയോയിൽ ഇട്ട് കേൾക്കുന്നത് പതിവായിരുന്നു. അങ്ങനെ കേട്ട് കേട്ട് ഞാനും ബീറ്റിൽസിന്റെ ഒരു ഫാനായി മാറി. പുതിയ പാട്ടുകളെക്കാൾ ചെറുപ്പത്തിൽ കൂടുതൽ കേട്ടത് ബീറ്റിൽസിന്റെ പഴയ പാട്ടുകളായിരുന്നു. അതുകൊണ്ടുതന്നെ എനിക്ക് ബീറ്റിൽസിന്റെ പാട്ടുകളോട് ഒരു പ്രത്യേക ഇഷ്ടമാണ്.

4: 30 ആയപ്പോഴേക്കും ഞാൻ വീട്ടിൽ തിരിച്ചെത്തി. കാർ പാർക്ക്

ചെയ്ത ശേഷം വീട്ടിലേക്ക കേറുമ്പോൾ ആണ് ഞാൻ അത് ശ്രദ്ധി ച്ചത്. വീടിന്റെ മുന്നിൽ ആരോ ഒരാൾ കറുത്ത ജാക്കറ്റം ഹുഡിയും ധരിച്ചിരിക്കുന്നു. എനിക്ക് ആശ്ചര്യവും ഭയവും ഒരുപോലെ തോന്നി. ആരായിരിക്കും ഈ സമയത്ത് എന്റെ വീടിന്റെ മുന്നിൽ ഇരിക്കുന്നത്? ഞാൻ മനസ്സിൽ ചിന്തിച്ചു.

ഞാൻ അയാൾക്ക് നേരെ നടന്നു. വാതിലിന്റെ സൈഡിൽ ചാരി ക്കിടന്ന് ഉറങ്ങുകയായിരുന്നു അയാൾ.

ഹുഡി ആയതിനാൽ മുഖം കാണാൻ കഴിയുന്നില്ല. ഞാൻ അയാളെ തട്ടി വിളിച്ചു.

പെട്ടെന്ന് തന്നെ അയാൾ ഉറക്കത്തിൽ നിന്ന് എഴുന്നേറ്റു.

ഹുഡി മാറ്റി,

"എടാ അക്ഷയ്" എന്ന് വിളിച്ചു. ഞാൻ ശെരിക്കുമൊന്ന് ഞെട്ടി. അത് രാഹുലായിരുന്നു. കോളേജിൽ ജോയിൻ ചെയ്യുന്നതിന് മുന്നേ എനിക്ക് ആകെയുണ്ടായിരുന്ന ഒരു കൂട്ടുകാരൻ.

കോളേജിൽ ജോയിൻ ചെയ്ത ശേഷം ഞാനും അച്ഛമ്മയും നാട്ടിലെ വീട്ടും സ്ഥലവുമൊക്കെ വിറ്റ് ഈ ടൗണിൽ അങ്ങ് സെറ്റിൽ ആയി. അതിനു ശേഷം നാട്ടിലേക്കൊന്നും അങ്ങനെ പോയിരുന്നില്ല. അതുകൊണ്ട് തന്നെ അവനെ പിന്നെ കാണാൻ പറ്റിയിരുന്നില്ല. അവനെ കണ്ടപ്പോൾ എനിക്ക് ഒരുപാട് സന്തോഷം തോന്നി. നീ എങ്ങനെ ഈ വീട്ടും സ്ഥലവുമൊക്കെ കണ്ടുപിടിച്ചു? എങ്ങനെ ഇവിടെ എത്തി?

"അതൊക്കെ കണ്ടുപിടിച്ചു."

"നീ എവിടെയായിരുന്നു? ഞാനൊരു തവണ നാട്ടിൽ വന്നിരുന്നു. പക്ഷെ നിന്നെ അവിടെ ഒന്നും കണ്ടില്ല. ഞാൻ കുറെ അന്വേഷിച്ചു. ആരോട് ചോദിച്ചിട്ടും ഒരു വിവരവും കിട്ടിയില്ല." " നീ പോയി കുറച്ച കാലം കഴിഞ്ഞപ്പോൾ തന്നെ ഞാനും അവിടുന്ന് പോയി. എനിക്ക് പിന്നെ ആരോടും പ്രത്യേകിച്ച് പറയാനൊന്നും ഇല്ലല്ലോ.. "അത് പറയു മ്പോൾ അവന്റെ കണ്ണകൾ നിറയുന്നത് ഞാൻ ശ്രദ്ധിച്ചിരുന്നു.

എന്നെ പോലെ തന്നെയായിരുന്നു അവനും. ചെറുപ്പത്തിൽ തന്നെ അവന്റെയും അച്ഛനും അമ്മയും മരിച്ചപോയിരുന്നു. അവന് അടുത്ത ബന്ധുക്കൾ ആരുമില്ലായിരുന്നു. അവന്റെ അകന്ന ബന്ധത്തിലുള്ള ഒരു ബന്ധുവിന്റെ വീട്ടിലായിരുന്ന അവൻ താമസിച്ചിരുന്നത്. എന്നാൽ അവർ അവനെ ഒരു വീട്ടുജോലിക്കാരൻ മാത്രമായിട്ടാണ് കണ്ടത്. എന്നെക്കാളും ഒരു 3-4 വയസ് കൂടുതൽ പ്രായം ഉണ്ടാവും അവന്. പത്ത്

കഴിഞ്ഞ ശേഷം അവർ അവനെ പഠിക്കാനൊന്നും വിട്ടില്ല. ഞാൻ ഒരു പ്രാവശ്യം അച്ചമ്മയോട് ഇവനെ കുറിച്ച് പറഞ്ഞിരുന്നു. പക്ഷെ അന്ന് അച്ചമ്മ ആരോട്ടും ഇങ്ങനെ കൂട്ട് കൂടരുതെന്ന് പറഞ്ഞു എന്നെ കുറേ ശകാരിച്ചു. അച്ചമ്മയും അന്നൊരു പ്രത്യേക മാനസികാവസ്ഥയിലായിരുന്നു. അന്ന് എല്ലാത്തിനോട്ടും പേടിയായിരുന്നു അച്ചമ്മക്ക്. എനിക്ക് എന്തെങ്കിലും പറ്റുമോ എന്ന ആധിയായിരുന്നു അവർക്ക്.

അച്ഛനും അമ്മയും മരിച്ചതിന്റെ ആഘാതം അച്ചമ്മയേയും മാനസികമായി തളർത്തിയിരുന്നു. അന്നൊക്കെ എന്നെയൊന്ന് പുറത്ത് വിടാൻ തന്നെ അച്ചമ്മക്ക് പേടിയായിരുന്നു. അതുകൊണ്ട് തന്നെ ഒരു അനാഥ ചെക്കനെമായുള്ള എന്റെ ഈ സൗഹൃദം അച്ചമ്മക്ക് തീരെ രസിച്ചില്ല.

പക്ഷെ അച്ചമ്മയുടെ ഈ ചിന്താരീതി എനിക്കൊട്ടും ഉൾക്കൊള്ളാൻ കഴിഞ്ഞിരുന്നില്ല.

അച്ചമ്മ അറിയാതെ ഞാൻ റാഹേലിന്റെ അടുത്ത് പോകാറുണ്ടായിരുന്നു.

ഞാൻ അവനോട്ട ചോദിച്ചു, "എന്നാലും നീ എങ്ങനെ ഇവിടെ എത്തി?"

അവൻ ചിരിച്ചുകൊണ്ട്, "അതൊക്കെ എത്തി. ഇന്ന് നിന്റെ ബർത്ത് ഡേ അല്ലെ. ഹാപ്പി ബർത്ത് ഡേ മൈ ഡിയർ ഫ്രണ്ട്. സെലിബ്രേഷൻ സൊക്കെ കഴിഞ്ഞോ?"

എനിക്ക് അപ്പോൾ തന്നെ മനസിലായി.

ഇവനെ വിളിച്ചത് റാഹേൽ തന്നെ.

ഇവനെ കുറിച്ച് ഞാൻ റാഹേലിനോട് എപ്പോഴും പറയുമായിരുന്നു.

പണ്ട് ചിത്രം വരയ്ക്കുന്നത് എന്റെ ഒരു ഹോബി ആയിരുന്നു. ഇപ്പോഴും വീട്ടിലെ ചുമരിൽ ഞാൻ വരച്ച പല ചിത്രങ്ങളുമുണ്ട്. അതിൽ റാഹേലിന്റെ വലിയ ഒരു ചിത്രമുണ്ടായിരുന്നു. അത് റാഹേൽ പലവട്ടം കണ്ടിട്ടുമുണ്ട്.

പെട്ടന്ന് എന്തോ ഓർത്തിട്ടെന്ന പോലെ ഞാൻ അവനോട് ചോദിച്ചു. "നീ റാഹേലിനെ എവിടെ നിന്നാണ് കണ്ടത്?" അവനൊന്നും അറിയാത്തപോലെ "റാഹേലോ അതാരാ !!"

"അല്ലാതെ നീ എങ്ങനെ ഇന്ന് ഇവിടെ എത്താനാണ്. അവളൊരു സർപ്രൈസ് ഉണ്ടെന്ന് പറഞ്ഞപ്പോൾ ഇതായിരിക്കുമെന്ന് ഞാൻ കരുതിയില്ല..."

"ഹഹ ഞാൻ ഇവിടെ ന്യൂ ഹെറിറ്റേജ് ബയോപാർക്കിൽ ഒരു ഫോട്ടോ ഷൂട്ടിന് വന്നതായിരുന്നു. യാദൃശ്ചികമായി ഒരു പെൺകുട്ടി

എന്റെ അടുത്ത് വന്ന് രാഹേലല്ലേ എന്ന് ചോദിച്ചു. ഞാൻ യെസ് എന്ന് പറഞ്ഞു. എന്നിട്ട് അവൾ അക്ഷയുടെ ഫ്രണ്ടാണെന്ന് പറഞ്ഞു. എനിക്കത് സർപ്രൈസ് ആയിരുന്നു. പിന്നെ ഇന്ന് ഇങ്ങനെ ബർത്ത് ഡേ പാർട്ടി പ്ലാൻ ചെയ്തിട്ടുണ്ടെന്നൊക്കെ പറഞ്ഞപ്പോൾ ഞൾ ഒരു സർപ്രൈസ് ആക്കാമെന്ന് കരുതി."

"എന്നിട്ട് ഇപ്പോഴാണോ വരുന്നേ, എല്ലാവരും പോയി."

"ഞൾ മഴ അല്ലായിരുന്നോ... ഒരു റിസപ്ഷൻ ഷൂട്ട് ഉണ്ടായിരുന്നു. അതെല്ലാം കഴിഞ്ഞ് ഒന്ന ഫ്രീ ആയപ്പോഴേക്കും ലേറ്റ് ആയി."

ഞങ്ങൾ രണ്ട് പേരും അകത്തേക്ക് കയറി. പുറത്ത് ഇപ്പോഴും നല്ല മഴയാണ്. കറണ്ടം വന്നിട്ടില്ല. ബാക്കിയുണ്ടായിരുന്ന മെഴുകുതിരിക ളിൽ രണ്ടെണം എടുത്ത് കത്തിച്ച് വെച്ചു. എന്റെ കൈയിൽ സ്കോച്ച് വിസ്കിയുടെ ഒരു ബോട്ടിലുണ്ടായിരുന്നു.

ഞാൻ അത് രണ്ട് ഗ്ലാസ്സിലായി ഓരോ പെഗ്ഗ് ഒഴിച്ച് അവനോട് സംസാരിക്കാൻ തുടങ്ങി.

"എടാ നീ നല്ല ടൈമിലാ വന്നത്. രണ്ട് ദിവസം മുന്നേ കുറച്ച് സംഭവ ങ്ങൾ നടന്നു. ഞാൻ അതിന്റെ ഹാങ്ങോവറിലായിരുന്നു."

"എന്ത് പറ്റി?"

ഞാൻ നടന്ന കാര്യങ്ങളൊക്കെ വിശദമായി അവനോട് പറഞ്ഞു. എല്ലാം കേട്ട് കഴിഞ്ഞപ്പോൾ അവനും ഒന്ന് ഞെട്ടിയ പോലെ എനിക്ക് തോന്നി. കുറച്ച നേരം അവൻ സോഫയിൽ ചാരി കിടന്ന് ചിന്തിക്കാൻ തുടങ്ങി. അതിന് ശേഷം അവൻ നേരെ ഇരുന്ന് എന്നോട് പറഞ്ഞു.

"ഈ കാലത്ത് പ്രേതം, യക്ഷി എന്നൊക്കെ വിചാരിക്കുന്നത് ലോക മണ്ടത്തരമാണ്. നീ ഇപ്പോഴും നിന്റെ കണ്ണ് മാറ്റി വെച്ചതും, അതുകൊണ്ട് പ്രേതങ്ങളെ കാണും എന്നൊക്കെയുള്ള പഴയ ചിന്തക ളുണ്ടെങ്കിൽ അതൊക്കെ മാറ്റി വെക്ക്."

"ഇല്ലെടാ ഞാൻ ഇപ്പോൾ അങ്ങനെയൊന്നും ചിന്തിക്കാറേയില്ല. ഇടയ്ക്ക് കണ്ണാടിയിൽ നോക്കുമ്പോൾ വെറുതെ കണ്ണുകൾ നോക്കും എന്നിട്ട് മനസിലോർക്കും. എന്റെ അമ്മയുടെ കണ്ണുകളല്ലേ എന്ന്... അപ്പോൾ എനിക്കെന്തോ അമ്മ കൂടെയുള്ള പോലെയൊരു തോന്നലാണ്. അതൊരു മോട്ടിവേഷനായിട്ടാണ് ഞാനെടുക്കാറ്. ശരിയാണ് ചെറുതായിരുന്നപ്പോൾഞാൻ പലതിനേയും പേടിച്ചിരു ന്നു. മരിച്ച ആളുടെ കണ്ണ് വെച്ചാൽ മരിച്ചവരെ കാണുമെന്നൊക്കെ ആയിരുന്നു എന്റെ ചിന്ത.

"നാലാം ക്ലാസ്സിൽ പഠിക്കുമ്പോൾ അച്ഛന്റെ കൂടെ ഒരു പടം

 ബിയോണ്ട് ദി മെമ്മറീസ്

കണ്ടിരുന്നു. 'നയന.' കണ്ണ് മാറ്റി വെച്ച ശേഷം മരിച്ചവരെ കാണുന്ന ഒരു പെൺകുട്ടിയുടെ കഥ. അത് കഴിഞ്ഞ് കുറച്ച് മാസങ്ങൾ കഴിഞ്ഞ പ്പോഴാണ് ഞാനും അച്ഛനും അമ്മയും പോയ ബൈക്ക് ആക്സിഡന്റ് ആവുന്നതും, അച്ഛനും അമ്മയും മരിക്കുന്നതും. ഞാൻ ഗുരുതര പരി ക്കുകളോടെ ആശുപത്രിയിലായിരുന്നു. അന്നത്തെ ആക്സിഡന്റിൽ ഗ്ലാസ്സ് ചില്ല് തെറിച്ച് എന്റെ കണ്ണിന്റെ കോർണിയ ഡാമേജായി. അവസാനം എന്റെ അമ്മയുടെ കണ്ണ് എനിക്ക് വെക്കുകയായിരുന്നു. ഒരാഴ്ചയോളം ഞാൻ വെന്റിലേറ്ററിലായിരുന്നു. അതുകൊണ്ട് തന്നെ എന്റെ അച്ഛനെയോ അമ്മയെയോ അവസാനമായി ഒന്ന് കാണാൻ കൂടി എനിക്ക് പറ്റിയില്ല. വെന്റിലേറ്ററിൽ നിന്നും റൂമിൽ എത്തിയ എനിക്ക് ചുറ്റും ഇരുട്ടായിരുന്നു. എന്റെ അമ്മയുടെ കണ്ണുകൾ എനിക്ക് വെക്കാൻ വേണ്ടിയുള്ള എല്ലാ കാര്യങ്ങളും ഡോക്ടർസ് ചെയ്തിരുന്നു. കുറെ കോംപ്ലിക്കേഷൻ ഉള്ളത്കൊണ്ട് ട്രാൻസ്പ്ലാന്റേഷൻ കഴിഞ്ഞ് ഏകദേശം 3 ആഴ്ചയോളം എടുത്തു കണ്ണിന്റെ കെട്ടൊന്ന് അഴിക്കാൻ. അത്രയും കാലം ഞാൻ പൂർണ്ണ ഇരുട്ടിലായിരുന്നു.

പൂർണ്ണ ഇരുട്ടിൽ എന്നും എന്നെ അലട്ടിയത് "നയന" എന്ന സിനിമ യായിരുന്നു. കണ്ണ് മാറ്റി വെച്ച ശേഷം മരിച്ചവരെ കാണാൻ കഴിയുന്ന ജിയ എന്ന പെൺകുട്ടിയുടെ കഥ. അതുകൊണ്ട് തന്നെ കണ്ണിന്റെ കെട്ട ഴിക്കുന്ന ദിവസത്തെ ഞാൻ വല്ലാതെ പേടിച്ചിരുന്നു. ഈ ദിവസങ്ങ ളിലൊക്കെയും ഞാൻ ദുസ്വപ്നങ്ങൾ കണ്ട് ഞെട്ടി എഴുന്നേൽക്കുന്നത് പതിവായിരുന്നു. അപ്പോഴൊക്കെ അച്ചമ്മയായിരുന്നു എന്റെ ധൈര്യം.

ഞാൻ ഒരു പെഗ് വിസ്കി കൂടി ഒഴിച്ച കുടിച്ചു.

"എടാ ഞാൻ ഇപ്പൊ അങ്ങനെയൊന്നും ആലോചിക്കാറില്ല. ചെറുതായിരുന്നപ്പോൾ അങ്ങനെ കുറെ ചിന്തകളും പേടികളുമുണ്ടാ യിരുന്നു. പക്ഷെ ഇപ്പോൾ അങ്ങനെയില്ല. ഈ വാർത്ത കണ്ടപ്പോൾ ഞാനൊന്ന് പേടിച്ചെന്നുള്ളത് സത്യമാണ്. എന്നാൽ ഞാൻ ഇപ്പോഴും വിശ്വസിക്കാൻ ആഗ്രഹിക്കുന്നത് അത് അവൾ അല്ലാ എന്നാണ്. എനിക്ക് മാറി പോയതാവണം."

അപ്പൊ തന്നെ രാഹേൽ എന്നോട് ചോദിച്ചു.

"രണ്ട് ദിവസം മുന്നേ മരിച്ച എന്നല്ലേ പറഞ്ഞേ..സൊ ഇന്നലത്തെ ന്യൂസ് പേപ്പറിൽ ഉണ്ടാവേണ്ടതല്ലേ?"

"ഇവിടെ ഇപ്പൊ ന്യൂസ് പേപ്പർ ഒന്നും ഇടാറില്ല."

അവനൊന്ന് മൂളി സോഫയിൽ ചാരി കിടന്ന് എന്തൊക്കെയോ ആലോചിക്കാൻ തുടങ്ങി. പെട്ടെന്ന് അവൻ ചോദിച്ചു.

"എടാ ഇന്ന് ശനിയാഴ്ചയല്ലേ.. നിനക്ക് ലീവും ആണ്. നമ്മൾക്ക് അവൾ

പറഞ്ഞ ആ സ്ഥലത്തേക്ക് പോയാലോ? അവൾ ഒരു ലൊക്കേഷൻ പറഞ്ഞില്ലെ ബാംഗ്ലൂർ ഉള്ളത്. അവിടേക്ക് പോയാലോ? എന്തായാലും നമുക്കൊരു ചെറിയ ട്രിപ്പമാവും, നിന്റെ ഈ മൂഡൊക്കെ ഒന്ന് മാറ്റുകയും ചെയ്യും."

അവൻ പെട്ടെന്ന് അങ്ങനെ പറഞ്ഞപ്പോൾ വേണോ വേണ്ടയോ എന്ന ആലോചനയിലായിരുന്നു ഞാൻ. പക്ഷെ പിന്നെ തോന്നി ഒരു ചെറിയ ട്രിപ്പ് ആൻഡ് ഡ്രൈവ് എന്നെ റിലാക്സ് ആക്കുമെന്ന്. അങ്ങനെ ഞങ്ങൾ രണ്ടും പേരും മുഖമൊക്കെ കഴുകി കാറെടുത്ത് ബാംഗ്ലൂർ ലക്ഷ്യ മാക്കി യാത്ര തുടങ്ങി.

======================================

ഡ്രൈവ്

വണ്ടി ഓടിച്ച് അത്യാവശ്യം ദൂരം ഞങ്ങൾ പിന്നിട്ടു. മഴ കാരണം പല വഴികളും ബ്ലോക്കാണ്. അതുകൊണ്ട് ഒരുപാട് ചുറ്റിയാണ് പോയത്. ബാംഗ്ലൂർ റൂട്ട് എനിക്ക് കാണാപാഠം ആയിരുന്നു. കോളേജ് കഴിഞ്ഞ് ആദ്യം ജോലി കിട്ടിയത് ബാംഗ്ലൂരായിരുന്നു. അന്നൊക്കെ എല്ലാ ആഴ്ച്ചയും ഞാൻ അച്ഛമ്മയെ കാണാൻ ബാംഗ്ലൂരിൽ നിന്ന് ഒറ്റയ്ക്ക് കാറോടിച്ച് നാട്ടിലേക്ക് വരുമായിരുന്നു. അച്ഛമ്മക്ക് വയ്യാതെ ആയതിന് ശേഷമാണ് അവിടത്തെ ജോലി രാജിവെച്ച് ഇങ്ങോട്ട് വന്നതും റാഹേലിന്റെ കൂടെ ഈ ക്രിയേറ്റീവ് സൊല്യൂഷൻസിൽ ജോയിൻ ചെയ്തതും. കഴിഞ്ഞ 3 കൊല്ലമായി ഞാനും റാഹേലും ക്രിയേ റ്റീവ് സൊല്യൂഷൻസിലുണ്ട്.

വെള്ളപ്പൊക്കം കാരണം വഴി മാറ്റി മാറ്റി യാത്രചെയ്ത് ഞങ്ങൾ എവിടെയോ എത്തിച്ചേർന്നു. ഞാൻ പൊതുവെ വരുന്ന റൂട്ട് ഒകെ മാറി ഏതോ ഒരു ലൊക്കേഷൻ ആണ് ഇതു ഇപ്പോൾ. ഏതാണീ സ്ഥലം എന്ന് ഒരു എത്തും പിടിയും കിട്ടുന്നില്ല. ഇന്നലെ ചാർജ് തീർന്നത് കൊണ്ട് ഫോൺ മുകളിൽ എവിടെയോ ആയിരുന്നു. അതുകൊണ്ട് തന്നെ എടുക്കാൻ ഓർത്തതും ഇല്ല. ഞാൻ രാഹേലിനോട് ഫോൺ എടുത്ത് മാപ്പ് ഒന്ന് നോക്കാൻ പറഞ്ഞു. അവന്റെ ഫോണാണെങ്കിൽ മഴ നനഞ്ഞ് വെള്ളം കയറിയത് കാരണം നന്നാക്കാൻ കൊടുത്ത താണ്.

ഞങ്ങൾ മൊത്തത്തിൽ കുരുക്കിൽപ്പെട്ടത് പോലെയായി. ബാംഗ്ലൂരിൽ 3-4 കൊല്ലത്തോളം ഉണ്ടായിരുന്നെങ്കിലും എനിക്ക് അവൾ പറഞ്ഞ

കല്ലുള്ളി അറിയില്ലായിരുന്നു. ഇപ്പോൾ എവിടെയാണ് ഉള്ളതെന്ന് ഒരു പിടിയും ഇല്ല. റോഡിൽ വണ്ടിയുടെ ടയറിന്റെ പകുതിയോളം വെള്ളമാണ്. കാറിന് അത്യാവശ്യം ഗ്രൗണ്ട് ക്ലിയറൻസുള്ളതുകൊണ്ട് വലിയ കുഴപ്പമില്ലാതെ ആ വഴിയിലൂടെ പോവാൻ പറ്റി. പല കാറുകളും ബ്രേക്ക് ഡൗണായി കിടക്കുന്നുണ്ട്. വെള്ളപ്പൊക്കം കാരണം കടകൾ ഒന്നും അധികം തുറന്നിട്ടുമില്ല. എങ്ങനെയെങ്കിലും ഒരു ഇന്റർനെറ്റ് കഫേയുള്ള ടൗണിൽ എത്തണമെന്നാണ് ഞങ്ങളുടെ ഇപ്പോഴത്തെ ലക്ഷ്യം. എന്നാൽ പിന്നെ മാപ്പ് ഒക്കെ എടുത്ത് സ്ഥലം ഒക്കെ ഒന്ന നോക്കാമായിരുന്നു. പിന്നെ അവിടെ എവിടെയെങ്കിലും ഒരു റൂം കിട്ടാണെങ്കിൽ ഇന്ന് സ്റ്റേ അവിടെ ചെയ്യാം. പിന്നെ എന്തെങ്കിലും കാര്യമായിട്ട് കഴിക്കുകയും വേണം. വരുന്ന വഴി വാങ്ങിയ കുറച്ച് പാക്കറ്റ് പലഹാരവും ഫ്രൂട്ട്സും മാത്രമായിരുന്നു ഇന്നത്തെ ഭക്ഷണം.

സമയം വൈകുന്നേരം 5 മണിയാണെങ്കിലും ആകാശം മൊത്തം ഇരുണ്ട മൂടിക്കിടക്കുന്നതിനാൽ രാത്രി ഒരു ഏഴ് മണിയുടെ പ്രതീതി ഉണ്ട്. ഒടുക്കം ഞങ്ങൾ ഒരു ചെറിയ ടൗൺ പോലെയുള്ള സ്ഥലത്ത് എത്തിച്ചേർന്നു. അവിടെ കുറച്ച് കടകളും ആളുകളുമുണ്ടായിരുന്നു. ഒരു കടയ്ക്ക് മുന്നിൽ ഞങ്ങൾ വണ്ടി നിർത്തി.

അവിടെ ഉണ്ടായിരുന്ന ഒരാളോട് ഇവിടെ എവിടെയെങ്കിലും ഒരു ഇന്റർനെറ്റ് കഫേ ഉണ്ടോ എന്ന് ചോദിച്ചു. അയാൾ ഒരു ബിൽഡിംഗ് കാണിച്ച് അതിന്റെ മുകളിലത്തെ ഫ്ലോറിലുണ്ടെന്ന് പറഞ്ഞു. ഞങ്ങൾ വേഗം കാർ അവിടെ നിർത്തി അങ്ങോട്ട പോയി. 2 ഫ്ലോറുള്ള ചെറിയ ഒരു പഴയ ബിൽഡിംഗ്. താഴെ സിഗരറ്റ് വിൽക്കുന്ന ഒരു കടയുണ്ട്. അവിടെ കുറച്ചുപേർ കൂടി നിൽക്കുന്നുണ്ടായിരുന്നു.

കടയുടെ സൈഡിലൂടെയാണ് മുകളിലേക്ക് പോവാനുള്ള കോണി പ്പടി. പഴയ മരം കൊണ്ടുണ്ടാക്കിയ കോണിപ്പടി. ഒരു സമയം കഷ്ടിച്ച് ഒരാൾക്ക് മാത്രമേ അതിലൂടെ കയറാൻ കഴിയുള്ള. ഞങ്ങൾ കോണി പ്പടി കയറി മുകളിലെത്തി. അവിടെ 'ഡാവ് സൈബർ കഫേ' എന്ന ബോർഡ് കണ്ട് അവിടേക്ക് കയറി. 16 വയസ് പ്രായം തോന്നി ക്കുന്ന ഒരു ചെറുക്കനായിരുന്നു അവിടെയുണ്ടായിരുന്നത്. അവൻ മൊബൈലിൽ ഗെയിം കളിക്കുകയായിരുന്നു. ഞങ്ങളെ കണ്ടപ്പോൾ അവൻ ചോദിച്ചു. നീങ്ക എന്ന ബൈക്ക?

കുറച്ച കാലം ബാംഗ്ലൂർ ഉണ്ടായിരുന്നെങ്കിലും കന്നഡ ഇപ്പോഴും ഒരു പിടിയുമില്ല. പക്ഷെ ഇവനെ കാണാൻ ഒരു ഹിന്ദിക്കാരനെ പോലെ യുണ്ടായിരുന്നു. ഞാൻ അവനോട് ഹിന്ദിയിൽ ഇന്റർനെറ്റ് ഉപയോഗി ക്കണം ഏതെങ്കിലും ക്യാബിൻ ഫ്രീ ഉണ്ടോ എന്ന് ചോദിച്ചു.

 ബിയോണ്ട് ദി മെമ്മറീസ്

അവൻ അപ്പൊ തന്നെ മൂന്നാമത്തെ ക്യാബിൻ ഉപയോഗിച്ചോളാൻ ഹിന്ദിയിൽ പറഞ്ഞു. ഞാൻ വിചാരിച്ച പോലെ അവൻ ഹിന്ദിക്കാരൻ തന്നെയായിരുന്നു. ഹിന്ദി എനിക്ക് അത്യാവശ്യം വശം ഉള്ളതുകൊണ്ട് ഇൻറർനെറ്റിൽ സെർച്ച് ചെയ്ത് കഴിഞ്ഞ ശേഷം ഈ സ്ഥലത്തെ കുറിച്ചൊക്കെ അവനോട്ട കൂടുതൽ ചോദിച്ചറിയാം എന്ന് മനസ്സിൽ വിചാരിച്ചു. ഞാനും രാഹലും കൂടി അവൻ കാണിച്ച തന്ന ക്യാബിനിൽ കയറി. ആ ക്യാബിനിലെ കമ്പ്യൂട്ടർ ആദ്യമേ ഓൺ ആയിരുന്നു. സ്ക്രീനിൽ യാഹദ സെർച്ചിൽ ആരോ "നോക്കിയ അപ്കമ്മിങ് ഫോൺസ് "എന്ന് സെർച്ച് ചെയ്ത വെച്ചിട്ടുണ്ടായിരുന്നു. അയാൾ അയാളുടെ യാഹദ അക്കൗണ്ട് ലോഗൗട്ട് ആക്കാതെ ആണ് പോയത്. ഞാൻ അയ്യാളുടെ അക്കൗണ്ടിൽ നിന്നും വേഗം ലോഗൗട്ട് ആക്കി മാപ്പ് എടുത്തു ലൊക്കേഷൻ നോക്കി. ഇപ്പോഴത്തെ ലൊക്കേഷൻ ഏതോ "മേനക ഹള്ളി" ആണ്. ഇവിടെ നിന്ന് ബാംഗ്ലൂരിലേക്ക് ഏകദേശം 100 കിലോമീറ്ററാണ് കാണിക്കുന്നത്. മഴ കാരണം പല റോഡുകളും ക്ലോസ്ഡാണ്. ഇന്ന് എന്തായാലും ബാംഗ്ലൂർ എത്തില്ലെന്ന് എനിക്ക് ഉറപ്പായി. എടാ നീ ബാംഗ്ലൂർ നോക്കാതെ അവൾ പറഞ്ഞ ആ സ്ഥലം നോക്ക്...

"കലപ്പള്ളി"

ഞാൻ വേഗം തന്നെ ആ സ്ഥലം അടിച്ചു. പക്ഷെ അങ്ങനെയൊരു സ്ഥലം മാപ്പിൽ എനിക്ക് കണ്ടുപിടിക്കാൻ കഴിഞ്ഞില്ല. രാഹൽ എന്നോട് ചോദിച്ചു, ശരിക്കും കലപ്പള്ളി തന്നെ അല്ലേ പറഞ്ഞത്. ഞാൻ വീണ്ടും ഓർത്ത് നോക്കി.

അതെ കല്പള്ളി. അത് തന്നെയാ പറഞ്ഞത്.

ഇനി സ്പെല്ലിങ് വേറെ എന്തെങ്കിലും ആയിരിക്കുമോ? അവൻ എന്നോട് ചോദിച്ചു. അപ്പൊ തന്നെ ഞാൻ പല പല സ്പെല്ലിങ്ങിൽ കല്പള്ളി ടൈപ്പ് ചെയ്ത നോക്കി. എത്ര ശ്രമിച്ചിട്ടും കൃത്യമായ സ്ഥലം കിട്ടിയില്ല. പിന്നെ കിട്ടിയത് ഒരു കല്പക ഹള്ളിയാണ്. അതാണെങ്കിൽ ബാംഗ്ലൂരിൽ നിന്ന് ഏകദേശം 250 km ദൂരത്താണ്. ഇനി അതായിരിക്കുമോ.. എനിക്കാകെ സംശയമായി. ഞങ്ങൾ കുറെ സ്ഥലങ്ങൾ തിരഞ്ഞു. എവിടെയും എത്തി യില്ല. പെട്ടെന്ന് രാഹൽ എന്നോട് ഞാൻ കണ്ട ആ ആക്സിഡന്റ് ന്യൂസ് സെർച്ച് ചെയ്യാൻ പറഞ്ഞു. ആ ഒരു ന്യൂസ് കിട്ടാൻ വേണ്ടി ഓരോ കീ വേർഡ് വെച്ച് ഞങ്ങൾ തിരയാൻ തുടങ്ങി. അവസാനം ആ ന്യൂസ് കിട്ടി. ന്യൂസ് ടി.വിയിൽ കണ്ടപ്പോഴും ഞാൻ അവളുടെ പേര് ശ്രദ്ധിച്ചിരുന്നില്ല. ഇപ്പോഴാണ് അവളുടെ പേര് ശരിക്കും അറിയുന്നത്. "നിഹാര". വാർത്ത പ്രകാരം അവളും അവളുടെ മാതാപിതാക്കളും പിന്നെ വേറെ രണ്ട്

പേടും അടങ്ങുന്ന വാൻ നിയന്ത്രണം വിട്ട് പുഴയിലേക്ക് വീഴുകയായി രുന്നു. വണ്ടിയിൽ ഉള്ള എല്ലാവരും മരിക്കുകയും ചെയ്തു.

വാർത്തയിൽ അവൾ ബാംഗ്ലൂരിൽ ഒരു IT കമ്പനിയിലാണ് വർക്ക് ചെയ്യുന്നതെന്നും എറണാകുളം സ്വദേശി ആണെന്നുമാണുള്ളത്. ഞങ്ങൾ വേഗം അവളുടെ ഫേസ്ബുക്ക് പ്രൊഫൈലും ഇൻസ്റ്റാഗ്രാമു മൊക്കെ തിരയാൻ തുടങ്ങി. ഒടുക്കം അവളുടെ എഫ് ബി പ്രൊഫൈൽ കണ്ടുകിട്ടി. പക്ഷെ അവൾ ഫേസ്ബുക്കിൽ അത്ര ആക്റ്റിവൊന്നുമല്ലായി രുന്നു അവളുടെ ഒരേയൊരു ഫോട്ടോ മാത്രമാണ് അതിലുള്ളത്പക്ഷെ ഫേസ്ബുക്ക് വാളിൽ ഒരുപാട് പേരുടെ R I P പോസ്റ്റുകളുണ്ട്. ഓരോ പോസ്റ്റും വായിക്കുമ്പോൾ എന്തോ എന്റെയുള്ളിൽ വല്ലാത്ത ഒരു സങ്കടവും ആധിയും വന്ന് നിറയുന്നത് ഞാൻ അറിയുന്നുണ്ടായിരുന്നു. എനിക്ക് ഒരുപാട് പരിചയമുള്ള, ഞാൻ ഒരുപാട് സ്നേഹിക്കുന്ന ആരോ ഒരാൾ എന്നെ വിട്ട് പോയ പോലെയൊരു തോന്നൽ.

എന്റെ കണ്ണൊന്ന് നിറഞ്ഞ പോലെ...

എന്റെ മാനസികാവസ്ഥ മനസിലായിട്ടെന്നപോലെ രാഹുൽ പതിയെ അവന്റെ കൈ എന്റെ തോളിലൂടെ ഇട്ട് എന്നെ ആശ്വസിപ്പി ക്കാൻ ശ്രമിച്ചു. ഇത് അവൾ ആയിരിക്കില്ലെടാ. നീ വേറെ ആരെയെ ങ്കിലും ആയിരിക്കും കണ്ടത്. നീ ഇരുട്ടിലല്ലേ അവളുടെ മുഖം കണ്ടത്. മാറിയതാവും...

പക്ഷെ ഇപ്പോൾ എനിക്ക് നൂറ് ശതമാനം ഉറപ്പാണ് ഈ മുഖം തന്നെയായിരുന്നു ഞാൻ കണ്ടത്. അന്ന് രാത്രി അവളെ കണ്ടപ്പോൾ അറിയാതെ എന്റെയുള്ളിൽ ഒരു തരം വൈബ്രേഷൻ പോലെ അനുഭവപ്പെട്ടിരുന്നു. ഇപ്പോൾ അവളുടെ ആ ഫോട്ടോ കണ്ടപ്പോഴും അതേ വൈബ്രേഷൻ അനുഭവപ്പെട്ടു. ഈ അന്തരീക്ഷത്തിന് മൊത്തം അന്നത്തെ രാത്രിയുടെ നിശ്ശബ്ദത പോലെ... അന്നത്തെ മാനസിക വ്യഥകളിലൂടെ കടന്ന് പോകുന്നത് പോലെ.. ഞാൻ ആകെ മരവിച്ച അവസ്ഥയിലായിരുന്നു.

അവൻ വീണ്ടും എന്നോട് പറഞ്ഞു. വാ നമുക്ക് ഇവിടെ എവിടെയെങ്കി ലും സ്റ്റേ ചെയ്യാൻ പറ്റിയ സ്ഥലം വല്ലതുമുണ്ടോ എന്ന് ആ ചെക്കനോട് ചോദിക്കാം. അവനെന്നെ പിടിച്ചെഴുന്നേൽപ്പിച്ച് ആ ചെക്കന്റെ അടു ത്തേക്ക് കൊണ്ടുപോയി. അവൻ എന്റെ മുഖത്തേക്ക് നോക്കി.

"ഭയ്യാ ആപ് ടീക് തോ ഹേന?" എന്റെ മുഖം വിളറിയിരുന്നു. കണ്ണും നിറഞ്ഞിരുന്നു.

"കുച്ച് നഹി."

അവൻ പിന്നെയും ചോദിച്ചു.

"any problem?"

ഞാൻ എന്റെ മുഖഭാവം മാറ്റിക്കൊണ്ട്, "എത്രയായി" എന്ന് ചോദിച്ചു.

50 രൂപ ആയി എന്ന് അവൻ പറഞ്ഞു.

ഞാൻ എന്റെ പേഴ്സിൽ നിന്നും കാശ് എടുക്കവെ അവനോട് ഇവി ടെയെവിടെയെങ്കിലും താമസിക്കാൻ പറ്റിയ സ്ഥലം കിട്ടുമോ എന്ന് തിരക്കി. അവൻ അപ്പോൾ തന്നെ പറഞ്ഞു. ഇവിടെ ഹോട്ടൽസ് ഒന്നും ഇല്ല. ആകെയുള്ളത് ഒരു പഴയ ബ്രിട്ടീഷ് ഗസ്റ്റ് ഹൗസാണ്. ഇവിടെ വരുന്നവരൊക്കെ അവിടെയാണ് സ്റ്റേ ചെയ്യാറ്. ഞാൻ അവനോട് അങ്ങോട്ടേക്കുള്ള വഴി ചോദിച്ചു. അത് കുറച്ച് കാട്ടിലേക്കാണ്. ഇവിടെ നിന്ന് ഒരു 20 km ദൂരമുണ്ടെന്നും   ഇപ്പൊ അവിടെ റൂം ഉണ്ടോ എന്ന് നോക്കണം എന്നും പറഞ്ഞു.

ഞാൻ അവനോട് ഞങ്ങളെയൊന്ന് അവിടേക്ക് എത്തിക്കുമോ എന്ന് ചോദിച്ചു കൊണ്ട് ഒരു 500 രൂപ അവന്റെ പോക്കറ്റിൽ ഇട്ട കൊടുത്തു. ബാക്കി അവനോട് വെച്ചോളാൻ പറഞ്ഞു. അവൻ അപ്പോൾ തന്നെ സന്തോഷമായ മട്ടിൽ ഫോൺ എടുത്ത് ആരെയോ വിളിച്ച് മുറി കന്ന ഡയിൽ എന്തൊക്കെയോ സംസാരിക്കാൻ ഇടങ്ങി. ഫോൺ കട്ട് ചെയ്ത ശേഷം എന്നോട് പറഞ്ഞു. ഒരു റൂം ഉണ്ട്. ഒരു നൈറ്റിന് 750 രൂപയാവും. ഞാൻ സമ്മതിച്ചു. പെട്ടെന്ന് തന്നെ ഷോപ്പെല്ലാം അടച്ചിട്ട് ഒരു 10 മിനി റ്റിനുള്ളിൽ ഞങ്ങളുടെ കൂടെ വരാമെന്ന് പറഞ്ഞു. സമയം ഏകദേശം 7 മണിയായിട്ടുണ്ട്. അവനോട് ഞങ്ങൾ താഴെ കാറില്വണ്ടാകും എന്ന് പറഞ്ഞ് അവിടെ നിന്നും താഴേക്ക് ഇറങ്ങി.

നേരത്തെ ഇറന്ന് കിടന്ന പല കടകളും പൂട്ടിയിരുന്ന. ഇപ്പോൾ ആകെ ഉള്ളത് ഞാൻ മുകളിലോട്ട് കയറുമ്പോൾ കണ്ട സിഗരറ്റ് കട മാത്രമായിരുന്ന. അവിടെ ഇപ്പോൾ രണ്ട് മൂന്ന് പേര് സിഗരറ്റ് വലിച്ച് കന്നഡയിൽ എന്തൊക്കെയോ സംസാരിച്ചിരിക്കുന്നുണ്ട്. പുറത്ത് നല്ല ഇരുട്ടാണ്. സ്ട്രീറ്റ് ലൈറ്റ് ഒന്നുമില്ല.

ഞാനും രാഹുലും കാറിനടുത്തേക്ക് പതിയെ നടന്ന. രാഹുലും പെട്ടെന്ന് സൈലന്റായതുപോലെ. അവൻ എന്നോടൊന്നും മിണ്ടുന്നി ല്ല. ഇന്നലെ വരെ എന്റെയുള്ളിൽ ഒരു ഭയമായിരുന്ന. പക്ഷെ ഇപ്പോൾ ഭയം ഒന്നുമില്ല. വല്ലാത്ത ദുഃഖം. ഒന്ന് കരയാൻ തോന്നുന്നത് പോലെ..

അവളും ഞാനും തമ്മിൽ വെറും ഒന്ന് രണ്ട് മണിക്കൂറിലെ പരിചയമേ ഉണ്ടായിരുന്നുള്ള. എന്നിട്ടും അവൾ എന്റെ കൂടെ ഒരുപാട് സമയം ഉണ്ടായ പോലെയൊരു തോന്നൽ. നിഹാര എന്ന ആ പേരും എന്നെ

വല്ലാതെ വേട്ടയാട്ടുന്നുണ്ടായിരുന്നു. എനിക്കുറപ്പാണ് എന്റെ ജീവിത
ത്തിൽ നിഹാര എന്ന് പേരുള്ള ആരെയും എനിക്ക് അറിയില്ല. പക്ഷെ
ഇന്ന് ആ പേര് കേട്ടപ്പോൾ മുതൽ ഒരുപാട് വട്ടം ഞാൻ ആരെയോ
അങ്ങനെ വിളിച്ച പോലെ.. ചിരിച്ചുകൊണ്ടും, കരഞ്ഞുകൊണ്ടും,ദേഷ്യ
ത്തില്ലും കാമത്തില്ലും അങ്ങനെ പല വികാരങ്ങളിലായി ഞാൻ ആ പേര്
ഒരുപാട് വട്ടം വിളിച്ചത് പോലെയൊരു ഫീൽ… ഞാൻ ആ പേര് എന്റെ
മനസ്സിൽ പതിയെ ഉരുവിട്ടുകൊണ്ടേയിരുന്നു.

ഞങ്ങൾ കാറിന്റെ അടുത്ത് എത്തി. ഞാൻ ഡ്രൈവിംഗ് സീറ്റിലിരുന്നു.
രാഹുൽ ബാക്ക് സീറ്റിലാണ് ഇരുന്നത്. ഞങ്ങൾ വണ്ടിയിൽ കയറി
ഏകദേശം 10 മിനിറ്റ് കഴിഞ്ഞാണ് ആ ചെക്കൻ വന്നത്. അവൻ വന്ന്
വണ്ടിയുടെ ഫ്രണ്ട് സീറ്റിൽ കയറി ഇരുന്നു. അങ്ങനെ ഞങ്ങൾ അവൻ
പറഞ്ഞ വഴിയില്ലൂടെ ബ്രിട്ടീഷ് ഗസ്റ്റ് ഹൗസ് ലക്ഷ്യമാക്കി യാത്ര തുടങ്ങി.
പോവുന്ന വഴി ഞാൻ അവനോട് പേര് ചോദിച്ചു. അവൻ രാജേഷ്
എന്ന് പറഞ്ഞു. ഞാൻ പതിയെ കല്ലള്ളിയെ കുറിച്ച് ചോദിച്ചു. പക്ഷെ
അവൻ അങ്ങനെയൊരു സ്ഥലത്തെക്കുറിച്ച് തന്നെ കേട്ടിട്ടില്ലായിരുന്നു.
അവൻ കല്ലകഹള്ളി ആണോ എന്ന് തിരിച്ച ചോദിച്ചു. അതാണേൽ
ബാംഗ്ലൂരിൽ നിന്ന് വീണ്ടും ഒരു 200 km ദൂരം ഉണ്ടെന്ന് പറഞ്ഞു.

വീണ്ടും എനിക്ക് സംശയം ആയി. ഇനി കല്ലക ഹള്ളി ആണോ?
ഞങ്ങൾ കുറച്ച ദൂരം പിന്നിട്ടു. ഇവിടെ നിന്ന് ഇനി ഗസ്റ്റ് ഹൗസിലേക്ക്
എത്ര കിലോമീറ്റർ ഉണ്ട്? ഞാൻ അവനോട ചോദിച്ചു. ഏകദേശം 15
km ഉണ്ടെന്നും കുറച്ച് കഴിഞ്ഞാൽ റോഡുകൾ ഉണ്ടാവില്ല അധികം
ഓഫ്റോഡ് ആയിരിക്കുമെന്നും അവൻ മറുപടി തന്നു.

ഇപ്പോൾ ഞങ്ങൾ സഞ്ചരിച്ചുകൊണ്ടിരിക്കുന്ന വഴി തന്നെ വിജനമാ
യിരുന്നു. സ്ട്രീറ്റ് ലൈറ്റ് ഇല്ലാത്ത റോഡുകൾ, വശങ്ങളിലായി കാട്ടകൾ..
റോഡിൽ ഞങ്ങളുടെ വണ്ടിയല്ലാതെ ഒറ്റ വണ്ടിയില്ല. ഒരു കാടിന്റെ
അകത്തേക്ക് പോകുന്ന പോലെയൊരു അന്തരീക്ഷം. പലയിടത്തും
വെള്ളം കെട്ടി കിടക്കുന്നുണ്ട്. കുണ്ടും കുഴിയും നിറഞ്ഞ റോഡുകളാണ്
അധികവും. "ഇനി അങ്ങോട്ട് ടാറിടാത്ത റോഡാണ്. മെല്ലെ
പോവണം," രാജേഷ് പെട്ടെന്ന് പറഞ്ഞു. അവൻ പറഞ്ഞ പോലെ
ഒരു അരക്കിലോമീറ്റർ കഴിഞ്ഞപ്പോഴേക്കും ടാറിട്ട റോഡ് തീർന്നു.
പിന്നെ അങ്ങോട്ട് ചെളി നിറഞ്ഞ കുത്തനെയുള്ള കയറ്റമായിരുന്നു.
ഈ വഴിക്ക് ഇരുവശവും കാടാണ്. ആ വഴിയില്ലൂടെ വണ്ടി ഓടിക്കാൻ
കുറച്ച് കഷ്ടപ്പെട്ടു. ഏകദേശം അര മണിക്കൂർ എടുത്തു മുകളിലെത്താൻ.

അവിടുന്ന് പിന്നെയും കുറച്ച് ദൂരം സഞ്ചരിച്ചു. ഒടുവിൽ ഞങ്ങൾ ഒരു
ഓലമേഞ്ഞ ചെറിയ ഹോട്ടലിന്റെ മുന്നിലെത്തി. അവൻ ഞങ്ങളോട്

 ബിയോണ്ട് ദി മെമ്മറീസ്

വണ്ടി അവിടെ സൈഡാക്കാൻ പറഞ്ഞു. ഇവിട്ടന്ന് ഗസ്റ്റ് ഹൗസിലേക്ക് ഒരു 10 മിനുറ്റോളം നടക്കണം. വണ്ടി പോകില്ലത്രേ. പിന്നെ ഭക്ഷണം വല്ലതും വേണമെങ്കിൽ ആ കടയിൽ നിന്ന് വാങ്ങിക്കോളാൻ പറഞ്ഞു. അങ്ങനെ ഞാൻ ആ കടയിൽ കയറി. മഴയായതുകൊണ്ട് കട വേഗം അടച്ച് വീട്ടിലേക്ക് പോവാനുള്ള ധൃതിയിലായിരുന്ന കടയുടമ. പാർസൽ മാത്രമേയുള്ളൂ എന്ന് അയാൾ പറഞ്ഞു.

ഞാൻ രണ്ട് ചിക്കൻ കറിയും എട്ട് ചപ്പാത്തിയും വാങ്ങി. പെട്ടെന്ന് കടക്കാരൻ ഒരു കള്ളലക്ഷണത്തിൽ വേറെ എന്തങ്കിലും വേണോ എന്ന് ചോദിച്ചു. പെട്ടെന്ന് എനിക്കൊന്നും മനസിലായില്ല.

അയാൾ ഉദ്ദേശിച്ചത് ഇവിടെ ഒരു ഫേമസ് ലോക്കൽ മദ്യമുണ്ട്. മാജിക് ഡ്രിങ്ക് എന്നാണ് പറയുക. അത് വേണോ എന്നാണെന്ന് രാജേഷ് പറഞ്ഞു തന്നു.

എന്റെ മനസ് ആകെ സ്ട്രെസ്ഡായിരുന്നു. അതുകൊണ്ട് തന്നെ ഒരു കുപ്പി എടുത്തോളാൻ പറഞ്ഞു. അങ്ങനെ വാങ്ങിയ സാധനങ്ങളുമായി ഞങ്ങൾ ഗസ്റ്റ് ഹൗസിലേക്ക് നടന്നു. 10 മിനിറ്റ് നടന്നപ്പോൾ തന്നെ ഗസ്റ്റ് ഹൗസ് എത്തി.

==

ഗസ്റ്റ് ഹൗസ്

പഴയ ബ്രിട്ടീഷ് ആർക്കിടെക്ച്ചറിലുള്ള ഒരു നാലു നില ബംഗ്ലാവ്. ചുറ്റും കാടും മരങ്ങളും. കാടിന്റെ നിശബ്ദതയ്ക്ക് ഈണം പകരുന്നതു പോലെ ചീവിടുകളുടെ മൂളലുകൾ… ഇടയ്ക്കിടെ ആ ഈണത്തെ കീറി മുറിച്ചുകൊണ്ട് അട്ടഹസിക്കുന്ന കുറുക്കന്റെ ഓരിയിടലുകൾ. ഒരു കൊച്ച ഡ്രാക്കുളക്കോട്ടക്ക് മുന്നിലെത്തിയ പ്രതീതിയായിരുന്ന ആ ബിൽഡിംഗിന് മുന്നിൽ നിൽക്കുമ്പോൾ എനിക്ക് കിട്ടിയത്. എന്തോ ഒരു നിഗൂഢത ഒളിപ്പിച്ചു വെക്കുന്നത് പോലെ… ഞങ്ങൾ അകത്തേക്ക് കയറി. അവിടെ റിസപ്ഷനിസ്റ്റിന്റെ കസേരയിൽ ഒരാൾ ചാരി കിടന്നുറങ്ങുന്നുണ്ടായിരുന്നു. രാജേഷ് അയാളെ വിളിച്ചെഴുന്നേൽപ്പിച്ച് കന്നഡയിൽ എന്തൊക്കെയോ സംസാരിക്കാൻ തുടങ്ങി.

ഞാൻ ഒരു നിമിഷം ചുറ്റമൊന്ന് കണ്ണോടിച്ചു. മരം കൊണ്ടുണ്ടാക്കിയ തൂണകളും ജനവാതിലുകളും. ചുമരിൽ ബ്ലാക്ക് ആൻഡ് വൈറ്റ് ചിത്രങ്ങളും കുറച്ച് ആന്റിക് ആർട്സും പിന്നെ ഒരു വലിയ പെൻഡുലം ക്ലോക്കും. ചെസ്സ് ബോർഡിനെ ഓർമ്മിപ്പിക്കുന്ന തരത്തിലുള്ള ബ്ലാക്ക് ആൻഡ് വൈറ്റ് നിറത്തിലുള്ള ടൈലുകൾ ആണ് നിലത്ത് പതിച്ചിരിക്കുന്നത്.

രാജേഷ് എല്ലാം സംസാരിച്ച് മുറി ശരിയാക്കിയിരുന്നു. അവൻ പറഞ്ഞ 750 രൂപ കൊടുത്ത് ഞാൻ മുറിയുടെ താക്കോൽ വാങ്ങി. മുറി നാലാമത്തെ ഫ്ലോറിലാണെന്നാണ് പറഞ്ഞത്. അവിടെ അറ്റാച്ചഡ് ബാത്ത്റൂം ഇല്ല. പെട്ടെന്ന് അവിടെയുണ്ടായിരുന്ന ആ പെൻഡുലം ക്ലോക്ക് അടിക്കാൻ തുടങ്ങി.

"ട്ടിങ് ട്ടിങ് ട്ടിങ് ട്ടിങ്" സമയം ഇപ്പോൾ ഏകദേശം 9 മണിയായിട്ടുണ്ട്.

 ബിയോണ്ട് ദി മെമ്മറീസ്

9 മണി ആയത് കണ്ടതോട്ടക്കൂടി രാജേഷിന് പോവാൻ തിട്ടുക്കം ആയി. അവൻ വേഗം യാത്ര പറഞ്ഞ് തിരിച്ച പോയി. ഞാനും രാഹലും മുറിയി ലേക്ക് നടക്കാൻ തുടങ്ങി.

മരത്തിൽ തീർത്ത കോണിപ്പടികളാണ് ഇവിടെയും. എല്ലായിടത്തും പഴയ ഫിലമെന്റ് ബൾബുകളാണുള്ളത്. അതിൽ ചിലത് കത്തുന്നില്ല. ചിലത് മിന്നി കളിക്കുന്നുണ്ട്. ഞങ്ങൾ അങ്ങനെ നാലാം നിലയിലെ ത്തി. അവിടെയൊരു റൂമും ചെറിയ ഹാളും പിന്നെ ഒരു കോമൺ ബാത്റൂമും മാത്രമാണുള്ളത്. ഞാൻ നേരെ റൂമിലേക്ക് നടന്നു. രാഹൽ ബാത്റൂമിലേക്കും.

ചെറിയ ഒരു മുറി, ഡബിൾ ബെഡ്ഡും ഒരു മേശയുമുണ്ട്. ഞാൻ സാധ നങ്ങളൊക്കെ മേശപ്പുറത്ത് വെച്ച് കട്ടിലിൽ മലർന്ന് കിടന്നു. ആ മുറി യില്ലുള്ള ക്ലോക്കിന്റെ സെക്കൻഡ് സൂചി ചലിക്കുന്ന ശബ്ദവും എന്റെ ഹൃദയമിടിപ്പിന്റെ ശബ്ദവും കേൾക്കാൻ പറ്റുന്ന അത്രയും നിശബ്ദതയാ യിരുന്നു അവിടെ. മനസ് വല്ലാതെ അസ്വസ്ഥമായിരുന്നു. അവളുടെ ഭയന്ന് വിറച്ച മുഖം മാത്രമേ ഞാൻ നേരിട്ട് കണ്ടിട്ടുണ്ടായിരുന്നതെങ്കിലും ഇപ്പോൾ അവളുടെ ചിരിച്ച നിൽക്കുന്ന കുറേ മുഖഭാവങ്ങൾ എന്റെ മനസിലേക്ക് വരുന്നത് പോലെ. ഞാൻ കട്ടിലിൽ നിന്ന് എണീറ്റ് വേഗം ഒരു ഗ്ലാസ് എടുത്ത് സ്വൽപ്പം മദ്യം എടുത്ത് ഒഴിച്ച് കുടിച്ചു.

എന്റെ മനസിലേക്ക് വീണ്ടും ഞാൻ ഒരിക്കലും കാണാത്ത അവളുടെ ചിരിച്ച മുഖ ഭാവങ്ങൾ മിന്നി മറയാൻ തുടങ്ങി. ഞാൻ വീണ്ടും രണ്ട ഗ്ലാസ് മദ്യം കൂടി കുടിച്ചു. പതിയെ മദ്യത്തിന്റെ ലഹരിയിലേക്ക് വഴുതി വീഴുന്നത് ഞാൻ അറിയുന്നുണ്ടായിരുന്നു. തല കറങ്ങുന്നത പോലെ. ഞാൻ കട്ടിലിൽ നിന്ന് പതുക്കെ എഴുന്നേറ്റിരുന്നു. വല്ലാതെ വിയർക്ക നുണ്ടായിരുന്നു. ഇതുവരെ ഫാൻ ഇട്ടിട്ടില്ലായിരുന്നെന്ന് ഇപ്പോഴാണ് ശ്രദ്ധിച്ചത്. ഞാൻ ഫാൻ ഓൺ ആക്കാനായി സ്വിച്ച് ബോർഡിന്റെ അടുത്തേക്ക് നടന്നു. എന്റെ കാലുകൾ ഇടറുന്നുണ്ടായിരുന്നു. പെട്ടെന്ന് പുറത്ത് നിന്ന് കുറെ ആളുകളുടെ ശബ്ദവും പാട്ടുമൊക്കെ കേൾക്കാൻ തുടങ്ങി.

ഇത്രയും നേരം നിശബ്ദമായി കിടന്ന ആ അന്തരീക്ഷം മൊത്തം ഒന്ന് മാറിയത് പോലെ... ഗിറ്റാറിന്റെ സ്ലോ ബീറ്റ് ആരോ ബാക്ക്ഗ്രൗ ണ്ടിൽ പ്ലേ ചെയ്യുന്ന പോലെ എനിക്ക് തോന്നി. ഞാനൊരു ഹാലുസി നേഷനിലേക്ക് പോവുകയാണോ എന്ന് ഞാൻ സംശയിച്ചു. എവിടെ നിന്നാണ് ആ ശബ്ദം വരുന്നത് എന്ന് അറിയാനായി ഞാൻ റൂമിന്റെ പുറത്തേക്ക് നടന്നു. പുറത്തേക്ക് നടക്കുംതോറും ആ ഗിറ്റാറിന്റെ ശബ്ദം കൂടുതൽ അടുത്ത് കേൾക്കാൻ തുടങ്ങി. അവിടെ ഉണ്ടായിരുന്ന

ബാൽക്കണിയിൽ നിന്ന് താഴേക്ക് നോക്കിയപ്പോൾ കുറച്ച പേർ അവിടെ കുറച്ച ദൂരത്തായി ക്യാമ്പ് ഫയർ സെറ്റ് ആക്കി അതിന് ചുറ്റും ഇരിക്കുന്നുണ്ട്. അതിലൊരാളാണ് ഗിറ്റാർ വായിക്കുന്നത്. ഞാൻ ഇതുവരെ കേൾക്കാത്ത ഒരു ബീറ്റായിരുന്ന അത്. പക്ഷെ പെട്ടെന്ന് തന്നെ എനിക്ക് ആ സംഗീതം വല്ലാതെയങ്ങ് ഇഷ്ടപ്പെട്ടു. എന്തോ ഒന്ന് എന്നെ ആ മ്യൂസിക്കുമായി കണക്ക് ചെയ്യുന്നതുപോലെ. അത് ഞാൻ കൂടുതൽ വ്യക്തമായി കേൾക്കുന്നതിനായി താഴേക്ക് നടന്നു.

താഴെ കുറച്ച് ഗാർഡൻ ലൈറ്റൊക്കെ ഓണാക്കി വെച്ചിട്ടുണ്ട്. മുകളിലേക്ക് പോകുമ്പോൾ ഇതൊന്നും ശ്രദ്ധിച്ചിട്ടേയില്ലായിരുന്നു. ഇങ്ങോട്ട് കയറുമ്പോൾ ഒരു ഡ്രാക്കുളക്കോട്ട പോലെയായിരുന്നു എനിക്ക് തോന്നിയത്. പക്ഷെ ഇപ്പോൾ ഇതിന് ഒരു കൊച്ച ഫോറസ്റ്റ് റിസോർട്ടിന്റെ പ്രതീതിയുണ്ട്. താഴത്തെ എൻട്രൻസിൽ നിന്ന് ഒരു 200 മീറ്റർ മാറിയായിരുന്നു ഈ ക്യാമ്പ് ഫയർ ഏരിയ. ഞാൻ അങ്ങോട്ടേക്ക് നടന്നു. ആ മ്യൂസിക് എനിക്ക് ഒരു പ്രത്യേക അനുഭൂതി തന്നെയായിരുന്നു. അന്തരീക്ഷം ആവട്ടെ മഴയും കാറ്റും ഒക്കെ മാറി ഒരു കുളിർമ ഉള്ള, ഇല പൊഴിയുന്ന ശിശിര കാലം ആയതു പോലെ. ഇതിനു ഒക്കെ ഭംഗികൂട്ടാൻ വെട്ടം ഇട്ട പറക്കുന്ന ഒരുപാട മിന്നാമിന്നികളും ഉണ്ടായിരുന്നു. ആ ക്യാമ്പ് ഫയറിന്റെ അടുത്ത് എത്തുന്നതിന്റെ കുറച്ചുമുൻപായി കല്ലിൽ തീർത്ത ഒരു ഇരിപ്പിടമുണ്ട്. അതിൽ ഒരു പെൺകുട്ടി ആ ഗിറ്റാർ വായിക്കുന്നതും നോക്കി ഇരിക്കുന്നുണ്ട്. കാറ്റിൽ അവളുടെ മുടി പാറി കളിക്കുന്നുണ്ടായിരുന്നു. എനിക്കൊരു നിമിഷം ബീച്ചിലെ ആ രാത്രി ഓർമ്മ വന്നു. എന്തോ ഇത് അവൾ തന്നെ ആണെന്നൊരു തോന്നൽ.

എന്റെ ഹൃദയമിടിപ്പ് കൂടി കൂടി വന്നു. ഞാൻ അവൾക്ക് നേരെ നടന്നു. അവളുടെ അടുത്ത് എത്തുമ്പോഴേക്കും ആരോ ഒരാൾ അവളുടെ സൈഡിൽ വന്ന് ഇരുന്ന് അവളുടെ തോളില്ലൂടെ കയ്യിട്ടു. അവൾ അയാളുടെ തോളിൽ പതിയെ ചാരി കിടന്നു. അയാൾ പതിയെ അവളുടെ തലയിൽ ചുംബിച്ചു. അവൾ തല ഉയർത്തി അയാളുടെ കവിളിന് താഴെ ചുംബിച്ചതിന് ശേഷം തിരിച്ച് തോളിൽ തന്നെ കിടന്നു. അയാളും അയാളുടെ തല പതിയെ അവളുടെ തലയുടെ മുകളിൽ ആയി ചാരി വെച്ച് അവളെ മുറുക്കി പിടിച്ചു.

ഞാൻ പെട്ടെന്ന് കണ്ണ് തുറന്നു. മുകളിൽ ഫാൻ കറങ്ങുന്നുണ്ട്. ഞാൻ ഇടത് വശത്തേക്ക നോക്കി. ഇന്നലെ വാങ്ങിയ ഭക്ഷണ പൊതിയെല്ലാം നിലത്ത് വീണ് പരന്ന് കിടക്കുന്നുണ്ടായിരുന്നു. രണ്ട് കുരങ്ങൻമാർ അതിൽ നിന്ന് എന്തൊക്കെയോ പെറുക്കി തിന്നുന്നുണ്ട്. ഇന്നലെ വാങ്ങിയ മദ്യ കുപ്പിയെല്ലാം നിലത്ത് പൊട്ടി കിടക്കുന്നുണ്ട്.

എനിക്ക് നല്ല ഹാങ്ങോവറുണ്ടായിരുന്നു. നല്ല തലവേദന. ഞാൻ ഒന്നും ശ്രദ്ധിക്കാതെ കുറച്ച നേരം അവിടെ തന്നെ ഫാനും നോക്കി കിടന്നു. ഇന്നലെ കണ്ട ആ ക്യാമ്പ് ഫയറൊക്കെ സ്വപ്നമായിരുന്നോ അതോ ഹാല്യുസിനേഷൻ ആയിരുന്നോ അതോ ശരിക്കും ഉണ്ടായത് ആയിരുന്നോ? ഒന്നും മനസ്സിലാവുന്നില്ല. ഒന്നും ഓർത്തെടുക്കാനും കഴിയുന്നില്ല. ഞാൻ ചുറ്റുമൊന്ന് നോക്കി. റൂമിന്റെ വാതിൽ തുറന്ന കിട ക്കുകയായിരുന്നു. രാഹുലിനെ കാണാനുമില്ല. ഇന്നലെ രാഹൽ ബാത്റൂ മിലേക്ക് പോയത് മാത്രമായിരുന്നു എനിക്ക് ഓർമ്മയുള്ളത്. അതിന് ശേഷം ഞാൻ അവനെ കണ്ടിരുന്നോ ഇല്ലയോ എന്ന് എനിക്കൊരു ഓർമ്മയും കിട്ടുന്നില്ല.

"രാഹൽ..." ഞാൻ ഉറക്കെ വിളിച്ചു. പക്ഷെ തിരിച്ച് ഒരു പ്രതികര ണവും കിട്ടിയില്ല. ഞാൻ രാഹലിനെ അന്വേഷിച്ച് പുറത്തേക്ക് ഇറങ്ങി. പുറത്തുള്ള ബാത്രൂമിന്റെ വാതിൽ തുറന്ന് കിടക്കുകയായിരുന്നു. എന്നാൽ അവിടെ ആരുമില്ലായിരുന്നു. പെട്ടെന്ന് പുറത്ത് കുറച്ച് റോയൽ എൻഫീൽഡിന്റെ ശബ്ദം കേട്ടു. താഴെ കുറച്ച പേർ ജാക്കറ്റും ഹെൽമെറ്റും എല്ലാം ധരിച്ച ബൈക്ക് സ്റ്റാർട്ട് ആക്കി നിൽക്കുന്നുണ്ടായിരുന്നു.

"അക്ഷയ് നീ എഴുന്നേറ്റോ" പെട്ടെന്ന് രാഹലിന്റെ ശബ്ദം കേട്ട് ഞാൻ തിരിഞ്ഞു നോക്കി. രാഹൽ അപ്പോൾ താഴെ നിന്ന് കോണിപ്പടി കയറി മുകളിലേക്ക് വരുകയായിരുന്നു. "നീ ഇത് എവിടെയായിരുന്നു?" "ഞാൻ ചുമ്മാ ഒന്ന് താഴെയൊക്കെ പോയി നോക്കിയതായിരുന്നു. ചുറ്റും നല്ല കാടാണ്."

പെട്ടെന്ന് എൻഫീൽഡ് വണ്ടികളുടെ ശബ്ദമൊന്ന് കൂടി. പതിയെ അത് ദൂരേയ്ക്ക് മാഞ്ഞു പോവുകയും ചെയ്തു.

എനിക്ക് പൊതുവെ ഈ വണ്ടികളുടെ ശബ്ദം അത്ര ഇഷ്ടമല്ല. അത് കേൾക്കുമ്പോൾ തന്നെ ഒരു തരം ഇറിറ്റേഷൻ ആണ്.

"എന്തൊരു ശബ്ദമാണിത്. അതൊക്കെ ആരാ?.. നീ താഴെ പോയപ്പോൾ അവരെ കണ്ടിരുന്നോ?" ഞാൻ വെറുതെ രാഹലിനോട് ചോദിച്ചു.

"നല്ല അടിപൊളി ശബ്ദം അല്ലേ, മോഡിഫൈഡ് ആണെന്ന് തോന്നുന്നു. റൈഡേഴ്സ് ആയിരിക്കണം. വല്ല ക്യാമ്പിനും വന്ന് പോയതാവും."

ഞാനും രാഹലും റൂമിലേക്ക നടന്നു.

"എടാ നീ ഇന്നലെ ബാത്റൂമിൽ പോയിട്ട് എപ്പോഴാ വന്നേ? താഴെ നടന്ന ക്യാമ്പ് ഫയർ കണ്ടിരുന്നോ?"

"ക്യാമ്പ് ഫയറോ? തേങ്ങാക്കൊല ഞാൻ ബാത്റ്റം പോയി വന്നപ്പോ ഴേക്കും താൻ ഇവിടെ പോത്തു പോലെ കിടന്നുറങ്ങല്ലായിരുന്നോ?.. ഞാനും അപ്പോൾ തന്നെ രണ്ട് പെഗ്ഗം അടിച്ച് കിടന്നുറങ്ങി."

ഞാനൊന്ന് ചിരിച്ചെന്ന് വരുത്തി പതിഞ്ഞ സ്വരത്തിൽ പറഞ്ഞു "എന്നാ സ്വപ്നമായിരിക്കും." രാഹേൽ എന്നെയൊന്ന് കണ്ണുരുട്ടി നോക്കി.

===

 ബിയോണ്ട് ദി മെമ്മറീസ്

മെമ്മറീസ് ഓഫ് നിഹാര

സമയം ഏകദേശം രാവിലെ 11 മണിയോളം ആയിട്ടുണ്ട്. കഴിഞ്ഞ കുറച്ച് ദിവസത്തെ പോലെ ഇന്നും നല്ല മഴക്കാറൊക്കെ കാണുന്നുണ്ട്. ഇതു വരെ വലിയ മഴ ഒന്നുമില്ല. പക്ഷെ കുറച്ച കഴിഞ്ഞു നല്ല ഒരു പേമാരി തന്നെ ഞാൻ പ്രതീക്ഷിക്കുന്നു. ഇന്ന് ഇപ്പോൾ ഞായറാഴ്ച യായി. നാളെ എന്തായാലും ഓഫീസിൽ കയറണം. രാഹുലിനും തിരിച്ച പോവേണ്ടി വരില്ലേ?വെറുതെ ഇനി ബാംഗ്ലൂരിലേക്ക് പോവുന്നതിൽ അർത്ഥമില്ല. തിരിച്ച പോവുന്നത് തന്നെയായിരിക്കും നല്ലത്. ഞാൻ രാഹുലിന്റെ സമയം കൂടി കളയുകയാണ്. പല പല ചിന്തകൾ എന്റെ മനസിലൂടെ കടന്നു പോയി.

ആ സമയം തന്നെ രാഹുൽ എന്നോട് ചോദിച്ചു. "എന്താ ഇനി പ്ലാൻ?"

"നമുക്ക് തിരിച്ച പോവാം. ഇതിന്റെ പുറകെ പോയിട്ട് കാര്യമുണ്ടെന്ന് തോന്നുന്നില്ല."

"അതെന്തേ പെട്ടെന്ന്?"

"ഏയ്... ഞാൻ ഇന്നലെ കണ്ട ഫോട്ടോ അവളുടേത് തന്നെയാണ്. അത് എനിക്ക് ഉറപ്പാ. ഇനിയും അവളെ തേടി പോയാൽ ഒരു പക്ഷെ നമ്മൾ എവിടെയും എത്തില്ലെന്ന് തോന്നുന്നു. അതുമല്ല നാളെ എന്തായാലും ഓഫീസിലും പോകണം. നിനക്കും തിരിച്ച പോവണ്ടേ? ഹമ്മ്..."

"നിന്റെ ഇഷ്ടം പോലെ ചെയ്യാം. എനിക്ക് നാളെ പോയില്ലെങ്കിലും കുഴപ്പമില്ല."

ശരിക്കും പറഞ്ഞാൽ എന്റെ മനസാകെ അസ്വസ്ഥമായിരുന്നു. ഞാനവളെ ബീച്ചിൽ കണ്ടത് കൊണ്ട് തന്നെ എനിക്ക് അവൾ ജീവനോടെ ഇല്ലെന്നുള്ള വാർത്ത ഉൾക്കൊള്ളാൻ കഴിയുന്നില്ല. വാർത്ത പ്രകാരം അതിന് മുന്നേയാണ് അവൾ മരിച്ച എന്ന് പറയുന്നത്. രാഹൽ പറയുന്ന പോലെ എനിക്ക് മുഖം മാറി പോയതാവാം എന്ന് വിശ്വസിക്കാൻ തന്നെയാണ് താല്പര്യം. പക്ഷെ എന്റെ മനസ് അതിനും സമ്മതിക്കുന്നില്ല. ഒരു വട്ടം മാത്രം കണ്ട അവളെ ഞാൻ ഇന്ന് പല ഭാവങ്ങളിലും രൂപങ്ങളിലും വികാരങ്ങളിലും മാറി മാറി കാണുന്നു.

ഞാൻ അവളുടെ തോളിൽ കൈ ഇട്ട് നടക്കുന്നതും, അവളെന്റെ കവിളിൽ ചുംബിക്കുന്നതും, ഞാൻ അവളെ കെട്ടി പിടിച്ച് ഉറങ്ങുന്നതും... അങ്ങനെ അങ്ങനെ...

അവളുടെ കൂടെയുള്ള ഓരോ മുറിഞ്ഞ ഓർമ്മകളും മനസിൽ മിന്നി മറഞ്ഞ് പോകുന്നു. ഈ ഓർമ്മകൾ എല്ലാം വിചിത്രം ആവുന്നത് ഞാൻ അവളെ കണ്ടത് ഒരേ ഒരു ദിവസം മാത്രം ആണെന്നുള്ളതും, ഈ ഓർമ്മകളായി വരുന്നതൊന്നും എന്റെ ജീവിതത്തിൽ നടന്നിട്ടില്ല എന്ന തിരിച്ചറിവും ആണ്. എല്ലാം എന്റെ തോന്നലാവാം എന്ന് ഞാൻ വിശ്വസിക്കാൻ ആഗ്രഹിക്കുന്നു.

ഞാൻ രാഹലിനോട് പറഞ്ഞു "നമുക്ക് തിരിച്ച പോവാം. എന്തോ എനിക്ക് സുഖമില്ലാത്ത പോലെ. നല്ല മഴ വരുന്നുണ്ടെന്നാ തോന്നുന്നേ. ഇപ്പോൾ ഇറങ്ങിയാൽ ഇന്ന് രാത്രി തന്നെ നാട്ടിൽ എത്താം."

രാഹലും അതിന് സമ്മതം മൂളി. ഞാൻ ഒന്ന് ഫ്രഷ് ആയി വന്ന ശേഷം രാഹലിനോട് കാറിന്റെ അടുത്തേക്ക് നടന്നോളാൻ പറഞ്ഞു. അവൻ താഴേക്ക് നടന്നു. റൂമിന്റെ വാതിൽ പൂട്ടി ഞാൻ ബാൽക്കണിയിൽ നിന്ന് ഒന്നൂടെ താഴേക്ക് നോക്കി. ഇന്നലത്തെ ആ സ്വപ്നം വീണ്ടും മനസിൽ തെളിഞ്ഞു. അതെല്ലാം പൂർണമായും ഒരു സ്വപ്നമാണോ എന്ന തോന്നൽ മനസിൽ ഇപ്പോഴും അവശേഷിക്കുന്നുണ്ട്. കാരണം എല്ലാം വളരെ വൈബ്രന്റായിരുന്നു. ഞാൻ താഴേക്കുള്ള കോണിപ്പടികൾ ഇറങ്ങി. സ്വപ്നത്തിലും മരത്തിൽ തീർത്ത കോണിപ്പടികളായിരുന്നു. പക്ഷെ പോളിഷ് ചെയ്ത് മിനുക്കി വെച്ചതായിരുന്നു. പെട്ടെന്ന് ആ കോണി പ്പടികളിലൂടെ ഞാൻ അവളുടെ തോളിൽ കൈയിട്ട് നടന്നു കയറിയ പോലെയൊരു തോന്നൽ.

എനിക്ക് എന്താണ് സംഭവിക്കുന്നത്? ഞാനൊരു ഭ്രാന്തനായി മാറുകയാണോ? വേഗം താക്കോൽ കൊടുത്ത് ഇവിടുന്ന് ഇറങ്ങണം. ഈ സ്ഥലം എന്നെയൊരു ഭ്രാന്തനായി മാറ്റുന്നുണ്ട്. ഞാൻ വേഗം റിസെ പ്ഷനിലേക്ക് പോയി. അയാൾ അവിടെ ടി.വി കണ്ടിരിക്കുകയാണ്.

  ബിയോണ്ട് ദി മെമ്മറീസ്

ടി.വിയിൽ മൊത്തം വെള്ളപ്പൊക്കവും ഉരൾപൊട്ടലുമൊക്കെ തന്നെയാണ് കാണിക്കുന്നത്. ഞാൻ താക്കോൽ കൊടുത്തു. ഹാവ് എ ഗുഡ് ഡേ സർ. അയാൾ എന്നോട് ചിരിച്ചുകൊണ്ട് പറഞ്ഞു. ഞാൻ അയാളോട് താങ്ക് യു പറഞ്ഞു അവിടെ നിന്ന് ഇറങ്ങി കാറിന്റെ അടു ത്തേക്ക് നടന്നു. എന്റെ മനസ് കൂടുതൽ കോംപ്ലിക്കേറ്റഡായി മാറുന്ന പോലെ എനിക്ക് തോന്നി. ഈ വഴിയെല്ലാം അവളുടെ കൂടെ മുന്നെ പോയ പോലെ... പക്ഷെ വഴി ഇത് തന്നെയായിരുന്നെങ്കിലും അതും വ്യത്യസ്തമായിരുന്നു. നല്ലവണ്ണം മെയ്ന്റേയ്ൻ ചെയ്ത ഒരു ഫോറസ്റ് റിസോർട്ടിന്റെ വഴികൾ പോലെയായിരുന്നത്. അവൾ എന്റെ കൈയിൽ തൂങ്ങി എന്തൊക്കെയോ പറഞ്ഞ് നടക്കുന്ന ഒരു ഓർമ്മ പെട്ടെന്ന് എന്നിലേക്ക് കടന്നുവന്നു. മനസിലെ ഇത്തരം ചിന്തകൾ എന്നെ വല്ലാതെ ആകുലപ്പെടുത്താൻ തുടങ്ങിയിരുന്നു. എന്താണ് എനി ക്കിപ്പോൾ സംഭവിച്ചുകൊണ്ടിരിക്കുന്നതെന്ന് ഒരു പിടിയും കിട്ടുന്നില്ല. എത്രയും പെട്ടെന്ന് വീട്ടിലെത്തി ഒരു സൈക്യാട്രിസ്റ്റിനെ കാണണം. ഞാൻ മനസിൽ ഉറപ്പിച്ചു.

ഞാൻ നടന്ന് കാറിന്റെ അടുത്തെത്തി. രാഹൽ കാറിൽ തന്നെയു ണ്ടായിരുന്നു. "എന്നാ നമുക്ക് പോകാം ലേ."സമയം ഏകദേശം 12 :15 ആയിട്ടുണ്ട്. ഞങ്ങൾ വണ്ടി സ്റ്റാർട്ടാക്കി വീട്ടിലേക്കുള്ള യാത്ര തുടങ്ങി.. യാത്ര തുടങ്ങിയിട്ട് ഇപ്പോഴൊര 7-8 മണിക്കൂർ എങ്കിലും ആയി കാണും. പതിവില്ലും വേഗത കുറച്ചായിരുന്നു ഞാൻ വണ്ടി ഓടിച്ചത്. എന്നാലും ഞങ്ങൾ കേരള ബോർഡർ കഴിഞ്ഞിരുന്നു.കർണാടകയിൽ മഴ കുറ വായിരുന്നു. ഇന്നലെ അടച്ചിട്ട പല റോഡുകളും ഇന്നേക്ക് തുറന്നിട്ടുണ്ട്. അതുകൊണ്ടുതന്നെ യാത്ര ഇന്നലത്തെയത്ര ദുഷ്കരമായിരുന്നില്ല. പല മെയിൻ റോഡുകളും ഓപ്പണായിരുന്നു. ഞാൻ പണ്ട് സ്ഥിരം വന്നിരു ന്ന റൂട്ട് ഇപ്പോൾ എനിക്ക് കണക്ക് ചെയ്യാൻ പറ്റുന്നുണ്ട്. ഇന്നലത്തെ പോലെ വഴി തപ്പി പാട്ടപ്പെടേണ്ടി വന്നില്ല. പക്ഷെ കേരള ബോർഡർ കഴിഞ്ഞ് കുറച്ച് ദൂരം പിന്നിട്ടപ്പോഴേക്കും കാലാവസ്ഥ മൊത്തം മാറി. വീണ്ടും ഇരുണ്ട മൂടിയ ആകാശവും കോരി ചൊരിയുന്ന മഴയും. പല സ്ഥലത്തും പോലീസുകാർ നിൽക്കുന്നുണ്ട്. അവർ വണ്ടികളെല്ലാം ഡൈവെർട്ട് ചെയ്ത് വിടുകയാണ്. ഇലക്ട്രിക് പോസ്റ്റ് വീണും,മരം വീണുമൊക്കെ റോഡ് ബ്ലോക്കായിട്ടുണ്ട്. പിന്നെ ചില റോഡുകളിൽ വണ്ടി മുങ്ങി പോവാനുള്ളത്ര വെള്ളമുണ്ട്. പോലീസുകാർ പറഞ്ഞത നുസരിച്ച് ഞങ്ങളും വണ്ടി മെയിൻ റോഡിൽ നിന്ന് ഡൈവെർട്ട് ചെയ്ത്. തീർത്തും പരിചയമില്ലാത്ത വഴിയിലൂടെയായിരുന്നു സഞ്ചാരം. ഒരു ഊഹപോഹത്തിലായിരുന്നു വണ്ടി ഓടിച്ചത്. അതൊന്നും ഞാൻ

ശ്രദ്ധിക്കുന്നില്ലായിരുന്നു. എന്റെ മനസ് ഒരു നിർവികാരാവസ്ഥയിൽ എത്തിയിരുന്നു. കൈകാലുകളെല്ലാം തണുത്ത് മരവിച്ച പോലെയാണ്. വണ്ടി ഓടിക്കുമ്പോഴും മനസ് നിറയെ അവളുടെ മുഖമായിരുന്നു. ഓർമ്മകൾ എന്ന് പറയുമ്പോൾ പൊതുവെ ജീവിതത്തിൽ മുന്നേ നടന്ന ഒരു സംഭവം ആലോചിച്ച് എടുക്കുന്നതല്ലേ? പക്ഷെ ജീവിതത്തിൽ ഒരിക്കലും നടന്നിട്ടില്ലെന്ന് ഉറപ്പുള്ള കാര്യങ്ങൾ ഓർമ്മകൾ പോലെ മനസിലേക്ക് വരുന്നതിന് എന്താണ് പറയേണ്ടത്?

ഞാൻ ഇതൊക്കെ വേറെ ആരോടെങ്കിലും പറഞ്ഞാൽ അവർ എങ്ങനെ ആയിരിക്കും പ്രതികരിക്കുക? എനിക്ക് ഭ്രാന്താണെന്ന് കരുതില്ലേ? ഇനി രാഹുലിന് അങ്ങനെയൊക്കെ തോന്നിയിട്ടുണ്ടാവുമോ? മനസ് മുഴുവൻ ഇങ്ങനെയുള്ള ചിന്തകൾകൊണ്ട് നിറഞ്ഞു.

"എന്ത് പറ്റി? മനസ് ഇവിടെയല്ലെന്ന് തോന്നുന്നല്ലോ. മെല്ലെയാണ ല്ലോ പോകുന്നെ."

രാഹുലിന്റെ ചോദ്യമാണ് എന്നെ ചിന്തയിൽ നിന്ന് ഉണർത്തിയത്.

"ഏയ് ഒന്നം ഇല്ലെടാ ആകെയൊരു കൺഫ്യൂഷൻ... എന്തൊ ക്കെയോ ചിന്തകൾ.. എനിക്ക് ഇനി വല്ല ഭ്രാന്തും ആണോ?"

അവനൊന്ന് ചെറുതായി ചിരിച്ചു. പക്ഷെ എന്റെ മുഖത്തെ നിസ്സഹായത കണ്ടിട്ടായിരിക്കണംരാഹുൽ തോളിൽ തട്ടി കൊണ്ട് പറഞ്ഞു. "നീ ഇങ്ങനെ ഓരോന്ന് ആലോചിച്ച് ടെൻഷൻ ആവാതെ. ഇനി കൂടുതൽ ചിന്തിച്ച കൂട്ടണ്ട. നീ യാദൃച്ഛികമായി ഒരു കുട്ടിയെ രാത്രി ബീച്ചിൽ വെച്ച് കണ്ടു. പിന്നെ എപ്പോഴോ ടി.വിയിൽ ഒരു മരണവാർ ത്ത കണ്ടപ്പോൾ അവളാണോ എന്നൊരു തോന്നലുണ്ടായി. അങ്ങനെ അവളെയും തപ്പി നമ്മൾ ഇങ്ങോട്ട് പോന്നു. പക്ഷെ അവളെ കണ്ടില്ല. അതുകൊണ്ട് തിരിച്ച പോകുന്നു. അത്ര ഉള്ളൂ."

"അപ്പോൾ നമ്മൾ ഇന്നലെ ആ ഇന്റർനെറ്റ് കഫെയിൽ നിന്ന് കണ്ട വാർത്തയോ?"

"സിമ്പിൾ. നീ കണ്ടത് വേറെ ആരോ ആയിരുന്നു. അതേ പോലെ നമ്മൾ ഇന്നലെ വാർത്തയിൽ കണ്ടത് വേറെ ആരോ..."

"അങ്ങനെ അല്ലടാ, അവൾ തന്നെയാ അത്, എനിക്ക് ഉറപ്പാ.."

"അത് എന്താ നിനക്ക് ഇത്ര ഉറപ്പ്?"

"എനിക്ക് ഉറപ്പാ, അന്ന് ഞാൻ അവളെ കണ്ടപ്പോൾ"... ഞാൻ പറഞ്ഞു തീർക്കുന്നതിന് മുന്നേ രാഹുൽ ഇടയിൽ കയറി പറഞ്ഞു. "

മണ്ണാങ്കട്ട.. നീ ഇങ്ങനെ ചിന്തിച്ച കൂട്ടാൻ തുടങ്ങിയാൽ ഇത് എവിടെയും എത്തൂല..."

     ബിയോണ്ട് ദി മെമ്മറീസ്

പെട്ടെന്ന് രാഹുലിന്റെ മറുപടി കേട്ടപ്പോൾ എനിക്ക് എന്തോ പോലെ തോന്നി. അപ്പോഴുണ്ടായ ദേഷ്യത്തിൽ ഞാൻ വണ്ടിയുടെ സ്പീഡ് കൂട്ടാൻ തുടങ്ങി. സ്പീഡോമീറ്ററിൽ സ്പീഡ് കൂടി 120 ലെത്തി. ഞാൻ ആ അഡ്രി നാലിൻ റഷ് ആസ്വദിക്കാൻ തുടങ്ങി. വളവുകളിലും ഞാൻ വണ്ടി സ്ലോ ആക്കാതെ ഡ്രിഫ്റ്റ് ചെയ്ത് എടുക്കാൻ തുടങ്ങി. പെട്ടെന്ന്

"രാഹുൽ നീ എന്താ ഈ കാണിക്കുന്നെ. മഴയാണ് ഗ്രിപ് കിട്ടില്ല. സ്പീഡ് കുറച്ചേ...ബ്രേക്ക് കിട്ടില്ല ട്ടോ...സ്കിഡ് ആവും."

ഞാൻ രാഹുൽ പറയുന്നതൊന്നും ശ്രദ്ധിക്കാൻ പോയില്ല. അഡ്രിനാൽ റഷ് ആസ്വദിച്ച് വണ്ടിയുടെ സ്പീഡ് വീണ്ടും കൂട്ടാൻ തുടങ്ങി. ഇതിലെ ഈയൊരു കാലാവസ്ഥയിൽ ഇത്രയും സ്പീഡിൽ വണ്ടി ഓടിക്കുന്നത് കുറച്ച് റിസ്ക്കാണ് എന്നുള്ള ബോധം എനിക്ക് ഉണ്ടായിരുന്നു. പക്ഷെ എന്തോ അഡ്രിനാൽ റഷ് മനസിന് ഒരു ശാന്തത തരുന്നുണ്ടായിരുന്നു. ഞാൻ വീണ്ടും വീണ്ടും വണ്ടിയുടെ സ്പീഡ് കൂട്ടികൊണ്ടേയിരുന്നു. രാഹുൽ സ്പീഡ് കുറക്കാൻ ആവർത്തിച്ച് പറയുന്നുണ്ടായിരുന്നെങ്കിലും ഞാൻ അതൊന്നും വകവെച്ചില്ല. പെട്ടെന്ന് ഒരു ലോറി റോങ് സൈഡില്ലൂടെ ബ്രൈറ്റ് ലൈറ്റും ഇട്ട് എന്റെ വണ്ടിക്ക് നേരെ കയറി വന്നു. പെട്ടെ ന്നായതുകൊണ്ട് എന്താണ് ചെയ്യേണ്ടതെന്ന് എനിക്കൊരു എത്തും പിടിയും കിട്ടിയില്ല. ഞാൻ സഡൻ ബ്രേക്കിട്ടു. പഴയ മോഡൽ വണ്ടി യായതിനാൽ എബിഎസ് ഇല്ലായിരുന്നു. വണ്ടി സ്കിഡായി മറിയാൻ തുടങ്ങി. ഒരു നിമിഷത്തേക്ക് സമയം ഒന്ന് പതുക്കെയായതു പോലെ... വണ്ടിയുടെ ഓരോ ചലനവും ഞാൻ കൃത്യമായി അറിയുന്നുണ്ടായിരുന്നു. വണ്ടി മറിഞ്ഞ് നേരെ പുഴയിലേക്കായിരുന്നു വീണത്. എന്റെ മനസ്സി പ്പോൾ തീർത്തും ശൂന്യമാണ്. ഇത് ഭൂമിയിലെ അവസാന നിമിഷം ആണെന്ന് ഞാൻ ഉറപ്പിച്ചു...

വണ്ടി പുഴയുടെ ആഴങ്ങളിലേക്ക് മുങ്ങി തുടങ്ങി. ഞാൻ രാഹുലിനെ നോക്കി. അവൻ തിരക്ക് പിടിച്ച് സീറ്റ് ബെൽറ്റ് ഊരാൻ നോക്കുകയാ യിരുന്നു. എന്നോട് സീറ്റ് ബെൽറ്റ് ഊരാൻ അവൻ പറയുന്നുണ്ടെങ്കിലും പക്ഷെ അപ്പോഴേക്കും എന്റെ കൈകാലുകൾ നിശ്ചലമായി തുടങ്ങി യിരുന്നു. കണ്ണുകൾ പതിയെ അടഞ്ഞു തുടങ്ങി. മരണത്തിന്റെ തൊട്ട മുന്നേയുള്ള അവസാന നിമിഷങ്ങളാണ് ഇതെന്ന് ഞാൻ മനസിലാറ പ്പിച്ചു. ഉത്തരം കിട്ടാത്ത ഒരുപാട് ചോദ്യങ്ങൾ ബാക്കി വെച്ചാണല്ലോ ഞാൻ മരിക്കാൻ പോവുന്നതെന്ന ചിന്ത മാത്രമായിരുന്നു മനസിൽ അവശേഷിച്ചത്. കണ്ണുകളിൽ ഇരുട്ട് കയറാൻ തുടങ്ങി. പെട്ടെന്ന് ആരോ എന്റെ ചെവിയിൽ മന്ത്രിക്കുന്ന പോലെ അനുഭവപ്പെട്ടു. "ഹേ അക്ഷയ്.. don't worry... everything's gonna be okay..."

==

ഹോസ്പിറ്റൽ

ഞാൻ പതിയെ കണ്ണ് തുറന്നു. ചുറ്റ നിന്നും ഒരുപാട ബീപ്പ് സൗണ്ടുകൾ എന്റെ കാതുകളിൽ മുഴങ്ങി. ഞാൻ ചുറ്റമൊന്ന് കണ്ണോടിച്ചു. മൊത്തത്തി ലൊരു മങ്ങൽ. ഒന്നും വ്യക്തമായി കാണാൻ കഴിയുന്നില്ല. പതിയെ പതിയെ കണ്ണിന്റെ മങ്ങൽ കുറഞ്ഞു വന്നു. ഞാൻ ഒരു ICU മുറിയിൽ ആണ് ഉള്ളത് എന്ന് എനിക്ക് മനസ്സിലായി. ഞാൻ മരിക്കാതെ രക്ഷപ്പെട്ടിരിക്കുന്നു. ഒരു ദുഃസ്വപ്നത്തിൽ നിന്ന് എഴുന്നേറ്റ പ്രതീതിയാ യിരുന്നു എനിക്ക്. ഞാൻ അവസാനമായി ഓർക്കുന്നത് എന്റെ കണ്ണി ലേക്ക പൂർണ്ണമായും ഇരുട്ട് വന്നു പടരുന്നതായിരുന്നു. അതിനു തൊട്ട മുൻപായി രാഹുൽ അവന്റെ സീറ്റ് ബെൽറ്റ് ഊരാൻ ശ്രമിക്കുന്നതായി കണ്ടതും എനിക്ക് ഓർമ്മയുണ്ട്, ഞാൻ ആ റൂമിൽ ഉണ്ടായിരുന്ന മറ്റ രോഗികൾ ആരെങ്കിലും രാഹുൽ ആണോ എന്ന് നോക്കി .. പെട്ടെന്ന് ഒരു തടിച്ച വെളുത്ത, നരച്ച മുടിയുള്ള ഒരാൾ എന്റെ അടുത്തേക്ക് വന്നു. ഡോക്ടറാണെന്ന് തോന്നുന്നു. കഴുത്തിൽ സ്റ്റെതസ്കോപ്പൊക്കെയുണ്ട്. അയാൾ എന്നോട് ചോദിച്ചു.

"ഹൗ ആർ യു അക്ഷയ്? ഇപ്പോൾ എങ്ങനെ ഉണ്ട്?"

"കുഴപ്പമില്ല."

"ഇവിടെ എത്തിയിട്ട് എത്ര ദിവസമായെന്ന് അറിയോ?"

"ഇല്ല. ഇന്നലെ ആണോ? വെള്ളത്തിലേക്ക് വണ്ടി മുങ്ങി പോവുന്ന താണ് അവസാനമായി ഓർമ്മയുള്ളത്. "

ഡോക്ടർ ഒന്ന് മൂളി കൊണ്ട് വീണ്ടും സംസാരിക്കാൻ തുടങ്ങി.

"അക്ഷയ്യെ ഇവിടെ അഡ്മിറ്റ് ചെയ്തിട്ട് ഏകദേശം 4 ദിവസമായി. എന്തായാലും പേടിക്കാനുള്ള സ്റ്റേജൊക്കെ കഴിഞ്ഞു. പിന്നെ വലതു കയ്യിൽ ഒരു ചെറിയ ഫ്രാക്ചർ ഉണ്ട്. കുറച്ച കാലം അത് ഒന്ന് ശ്രദ്ധിച്ചാൽ മതി. ഇന്നൊരു ദിവസം കൂടി ഇവിടെ ഒബ്സെർവേഷനിൽ കിടന്നോളൂ. കാര്യമായ പ്രശ്നം ഒന്നുമില്ലെങ്കിൽ നമുക്ക് നാളെ തന്നെ റൂമിലേക്ക മാറ്റാം. "

"ഡോക്ടർ രാഹേൽ എവിടെ? അവന് കുഴപ്പമൊന്നം ഇല്ലല്ലോ?" എന്റെ ചോദ്യം ഡോക്ടറെ ഒന്ന് കൺഫ്യൂസ്ഡ് ആക്കിയ പോലെ എനിക്ക് തോന്നി.

"രാഹേലോ? അതാരാ ഇവിടെ താങ്കളെ മാത്രമാണല്ലോ അഡ്മിറ്റ് ആക്കിയത്."

"രാഹേൽ എന്റെ സുഹൃത്താണ്. ഞങ്ങൾ രണ്ട പേരും അന്ന് ഒരുമി ച്ചായിരുന്ന വണ്ടിയിൽ ഉണ്ടായത്. ഞാൻ അവസാനം കാണുമ്പോൾ അവൻ വെള്ളത്തിന്റെ അടിയിൽ സീറ്റ് ബെൽറ്റ് ഊരാൻ ശ്രമിക്കുക യായിരുന്നു. അവനെ ഇവിടെ അഡ്മിറ്റ് ആക്കിയില്ലേ?"

എന്റെ മുഖത്ത് ടെൻഷൻ പ്രകടമാവാൻ തുടങ്ങി എന്ന് തോന്നുന്നു.

ഡോക്ടർ എന്റെ തോളിൽ തട്ടികൊണ്ട് പറഞ്ഞു "പാനിക് ആവാതെ... ഞാൻ ഒന്ന് അന്വേഷിക്കട്ടെ. എന്റെ അറിവിൽ നിങ്ങളെ മാത്രമായിരുന്ന ഇവിടെ അഡ്മിറ്റാക്കിയത്. വേറെ ആരും ഉള്ളതായി അറിയില്ല. ഞാൻ എന്തായാലും അന്വേഷിച്ച നോക്കട്ടെ. നിങ്ങൾ റസ്റ്റ് എടുക്കൂ."

ഇത്രയും പറഞ്ഞ് ഡോക്ടർ പുറത്തേക്ക് പോയി.

എന്റെ മനസാകെ വീർപ്പുമുട്ടാൻ തുടങ്ങി. രാഹേൽ എവിടെ പോയി. അവൻ സീറ്റ് ബെൽറ്റ് ഊരാൻ ശ്രമിക്കുന്നത് ഞാൻ കണ്ടതാണല്ലോ. എന്നെ രക്ഷിച്ചവർ അവനെയും രക്ഷിക്കേണ്ടതല്ലേ?

"അക്ഷയ്..."

ഞാൻ ആ ദിശയിലേക്ക ഒന്ന് നോക്കി. അത് റാഹേലായിരുന്നു. അവളുടെ കണ്ണൊക്കെ നിറഞ്ഞിട്ടുണ്ട്. അവൾ എന്റെ അടുത്ത് വന്നി രുന്ന് കൈയിൽ പിടിച്ച സംസാരിക്കാൻ തുടങ്ങി.

"എന്താടാ ഉണ്ടായത്?ഇപ്പൊ പ്രശ്നം ഒന്നം ഇല്ലല്ലോ..."

4 ദിവസമായി ഞാൻ ഇവിടെ നിൽക്കുന്നു. ഇവർ നിന്നെയൊന്ന് മര്യാദയ്ക്ക് കാണാൻ കൂടി സമ്മതിച്ചില്ല. അവിടെ ഉണ്ടായിരുന്ന ഒരു നഴ്സ് റാഹേലിനെ നോക്കി ഒന്ന് കണ്ണുരുട്ടി സൗണ്ട് കുറയ്ക്കാൻ പറഞ്ഞു.

റാഹേൽ തലയാട്ടി വളരെ പതിഞ്ഞ സ്വരത്തിൽ നഴ്‌സ് കേൾക്കാത്ത വിധം പറഞ്ഞു. നീ പോടി... റാഹേലിന് പൊളുവെ എക്സ്‌പ്രക്ഷനം സൗണ്ടും കുറച്ച് കൂട്ടതലാ... അവൾ ഇമോഷണൽ ആവുമ്പോൾ സൗണ്ട് ഒന്ന കൂടെ കൂട്ടം.

അവൾ വീണ്ടും എന്നോട് സംസാരിക്കാൻ തുടങ്ങി. ഈ പ്രാവശ്യം ശബ്ദം കുറച്ച് സ്വകാര്യം പറയുന്ന മട്ടിലായിരുന്ന സംസാരം.

"ഡോക്ടർ എന്നോട് 5 മിനിട്ടിനുള്ളിൽ തിരിച്ച വരാനാണ് പറഞ്ഞത്. നാളെ നിന്നെ റൂമിലേക്ക് മാറ്റം. ഞാൻ ഒരു ആഴ്ചത്തെ ലീവ് അപ്ലൈ ചെയ്തിട്ടുണ്ട്. റൂമിൽ എത്തിയിട്ട് നമുക്ക് വിശദമായി സംസാരിക്കാം. ഞാനാകെ ടെൻഷൻ അടിച്ചിരിക്കുകയായിരുന്ന. ഇപ്പൊ നിനക്ക് പ്രശ്നം ഒന്നും ഇല്ലല്ലോ അല്ലേ?"

റാഹേലിനെ കണ്ടപ്പോൾ തൊട്ട് എനിക്ക് ഒരു ആശ്വാസം തോന്നി യിരുന്ന. ഞാൻ രാഹുലിന്റെ കാര്യം അവളോട് ചോദിക്കാൻ തുടങ്ങി.

"എടീ ആക്സിഡന്റ് ആവുമ്പോൾ എന്റെ കൂടെ രാഹുലും ഉണ്ടായിരുന്ന. അവന്റെ വല്ല വിവരവുമുണ്ടോ?"

അപ്പോൾ തന്നെ റാഹേൽ ആശ്ചര്യത്തിൽ കുറച്ച് ഉയർന്ന ശബ്ദ ത്തിൽ

"രാഹുലോ!!?"

അവളുടെ ശബ്ദം കേട്ട പാട് അവിടെ ഇരുന്ന നഴ്‌സ് കുറച്ച ക്ഷുഭി തയായി അവളോട് പുറത്ത് പോവാൻ പറഞ്ഞു. റാഹേൽ എന്നോട് നാളെ കാണാമെന്ന് പറഞ്ഞ് നഴ്‌സിനെ ഒന്ന് കണ്ണ് ഉരുട്ടി പുറത്തേക്ക് പോയി.

രാഹുലിനെ കുറിച്ചൊന്നും അറിയാത്തതുകൊണ്ട് എനിക്ക് എന്തോ പോലെ. എത്രയും പെട്ടെന്ന് ഇവിടുന്ന് പുറത്തിറങ്ങി, റാഹേലിനോട് എല്ലാം വിശദമായി സംസാരിച്ചാൽ മതി എന്നായിരുന്ന എന്റെ മനസ്സിൽ. അവനെന്തെങ്കിലും പറ്റിക്കാണമോ എന്ന വേവലാതി മനസിനെ വല്ലാതെ വലയ്ക്കുന്നുണ്ടായിരുന്ന. ആകെയൊരു വിമ്മിഷ്ടം. അപ്പോഴത്തെ ഒരു വികാരത്തിൽ സ്പീഡ് കൂട്ടി വണ്ടി ഓടിച്ചതുകൊ ണ്ടാണ് ഇതൊക്കെ സംഭവിച്ചത് എന്ന ചിന്ത എന്റെയുള്ളിൽ വല്ലാ ത്തൊരു കുറ്റബോധം സൃഷ്ടിച്ച. രാഹുലിന് ഒരു ആപത്തും വരുത്തരുതേ എന്ന് ഞാൻ ആവർത്തിച്ച് പ്രാർത്ഥിക്കാൻ തുടങ്ങി.

കുറച്ച് സമയം കഴിഞ്ഞപ്പോൾ ഒരു നഴ്‌സ് എന്റെ അടുത്തേക്ക് വന്ന് കുറച്ച് ടാബ്‌ലെറ്റ്സ് കഴിക്കാൻ തന്നു. അതിനുശേഷം അവർ കയ്യിലൊരു ഇൻജക്ഷൻ വെച്ചു. ചെറിയൊരു സെഡേഷൻ ഉണ്ടാവും നല്ലവണ്ണം

കിടന്നുറങ്ങിക്കോളാൻ പറഞ്ഞു. ഏകദേശം 5 മിനിറ്റ് കഴിഞ്ഞപ്പോൾ തന്നെ സെഡേഷന്റെ എഫക്ട് വന്ന് ഇടങ്ങി. എന്റെ കണ്ണുകളിലേക്ക് ഉറക്കം പതിയെ കടന്നു വരുന്നത് ഞാൻ അറിയുന്നുണ്ടായിരുന്നു. എന്റെ കൈ കാലുകൾക്കെല്ലാം ബലമില്ലാത്ത പോലെ..തലയിലെ ചിന്തകളുടെ ഭാരമെല്ലാം കുറഞ്ഞ് ശൂന്യതയിലേക്ക് പോകുന്ന പോലെ ഒരു തോന്നൽ... എന്റെ കണ്ണുകൾ പതിയെ അടഞ്ഞു. പതിയെ എന്റെ കാതുകളിൽ മഴ പെയ്യുന്ന ശബ്ദം മുഴങ്ങി. ആ മഴയുടെ ശബ്ദത്തിനോട് ചേർന്ന് ഒരു ഗിറ്റാർ നാദം കൂടി കേൾക്കാൻ തുടങ്ങി. ആ നാദം എനിക്ക് സുപരിചിതമായിരുന്നു. അതെ. അത് അന്ന് രാത്രി ഞാൻ ബ്രിട്ടീഷ് ബംഗ്ലാവിൽ വെച്ച് കേട്ട അതേ നാദം തന്നെയായിരുന്നു. ഇന്ന് ആ നാദം കേൾക്കുമ്പോൾ അന്ന് കണ്ട അതേ നിമിഷം വീണ്ടും എന്റെ മനസിലേക്ക് കടന്നു വന്നു. ഒരു പെൺകുട്ടി ആരോ ഒരാളുടെ തോളിൽ തല ചാരി ഇരിക്കുകയാണ്. അയാൾ അവളുടെ തലയിൽ ചുംബിച്ചു. എനിക്കിതെല്ലാം മൂന്നാമതൊരാളുടെ കാഴ്ചയിൽ കാണുന്നത് പോലെ യായിരുന്നു അനുഭവപ്പെട്ടത്. പെട്ടെന്ന് അവർ രണ്ട് പേരും തിരിഞ്ഞ് എന്റെ നേർക്ക് നോക്കി.

ഞാൻ അവരുടെ മുഖം കണ്ടു .

അത് ഞാനും നിഹാരയുമായിരുന്നു.

പെട്ടെന്ന് തന്നെ ഞാൻ കണ്ണ് തുറന്നു.

ഞാൻ അപ്പോഴും ഹോസ്പിറ്റൽ ബെഡിൽ കിടക്കുകയായിരുന്നു. കണ്ണ് തുറന്നെങ്കിലും എനിക്ക് ഒരു ബാലൻസ് കിട്ടുന്നില്ല. എങ്ങും നിശബ്ദത. മുന്നേ കേട്ട ബീപ്പ് സൗണ്ട് ഒന്നും ഇപ്പോൾ ഇല്ല. ഞാൻ സൈഡിലേക്ക് നോക്കി. അവിടെ മുന്നേയുണ്ടായിരുന്ന രണ്ടു പേഷ്യന്റ്‌സിനെയും ഇപ്പോൾ കാണാനില്ലായിരുന്നു. ഡ്യൂട്ടിയില്ലുള്ള നഴ്‌സിനെയും കാണാനില്ല. ഞാൻ ഉറക്കെ "ഡോക്ടർ.. ഡോക്ടർ.." എന്ന് വിളിച്ച് നോക്കി. ആരും പ്രതികരിച്ചില്ല. എന്താണ് ഇവിടെ സംഭവിച്ചതെന്ന് എനിക്ക് മനസിലാ വുന്നില്ലായിരുന്നു. എന്റെ ദേഹത്ത് കുത്തിവെച്ച മരുന്നുകളെല്ലാം ഊരി മാറ്റി ഞാൻ റൂമിന്റെ പുറത്തേക്ക് നടന്നു. റൂമിന്റെ പുറത്ത് ആരും ഇല്ല. ഒഴിഞ്ഞു കിടക്കുന്ന ഇരിപ്പിടങ്ങൾ. വശങ്ങളിൽ കാലിയായ സ്ട്രെച്ചറുക ളും. ഇവിടെ എവിടെയും ഒരു നഴ്‌സിനെയോ ഡോക്ടറിനെയോ എന്തിന് ഒരു രോഗിയെ പോലും കാണുന്നുണ്ടായിരുന്നില്ല. ഒന്നും മനസിലാ വാതെ ഞാൻ നടക്കാൻ തുടങ്ങി.

നീണ്ട് കിടക്കുന്ന ഒരു വഴിയാണ്. ഇരുവശത്തും മുറികളുണ്ട്. നിലം മൊത്തം വെള്ളത്തു ടൈലുകളാണ്.ഞാൻ ദിക്കറിയാത്ത ഒരു നാവികനെ പോലെ നടന്നുകൊണ്ടേയിരുന്നു. നടന്ന് നടന്ന് ഒരു എലിവേറ്ററിന്റെ

മുന്നിലെത്തി. പെട്ടെന്ന് ആ എലിവേറ്റർ തുറക്കപ്പെട്ടു. അതിന്റെയുള്ളിൽ നിന്നും കുറച്ച് ഡോക്ടർമാരും നഴ്സ്മാരും ധൃതിയിൽ പുറത്തേക്ക് ഇറങ്ങി, വെപ്രാളത്തിൽ എലിവേറ്ററിന്റെ എതിർവശത്തുള്ള റൂമിലേക്ക് ഓടാൻ തുടങ്ങി. എനിക്കാകെ ടെൻഷനാവുന്നുണ്ടായിരുന്നു.

ആർക്കോ എന്തോ സീരിയസായി പറ്റിയിരിക്കുന്നു. അല്ലാതെ ഇവർ ഇങ്ങനെ വെപ്രാളത്തിൽ ഓടില്ല. രാഹേൽ ആയിരിക്കുമോ ആ റൂമിൽ എന്ന ചിന്തയായിരുന്നു എന്റെ മനസിൽ. ഞാനും ഡോക്ടർമാരുടെ പിന്നാലെ പോയി. അവർ ധൃതിയിലായതുകൊണ്ട് തന്നെ ആരും എന്നെ ശ്രദ്ധിക്കുന്നില്ലായിരുന്നു. ആ റൂമിന്റെ പുറത്ത് സ്പെഷ്യൽ ഐ.സി. യൂ എന്നെഴുതിയിട്ടുണ്ടായിരുന്നു. റൂമിന്റെ പുറത്ത് ഒരു പെൺകുട്ടി തല താഴ്ത്തി ഇരുന്ന് കരയുന്നുണ്ടായിരുന്നു. ഡോക്ടർമാർ എല്ലാവരും ആ റൂമിനകത്തേക്ക് കയറി. ആ റൂമിൽ രാഹേൽ ആണെന്ന് എനിക്ക് തോന്നാൻ തുടങ്ങി. ഞാൻ രണ്ടും കല്പിച്ച് നേരെ സ്പെഷ്യൽ ഐ.സി. യൂവിലേക്ക് കയറി. ഡോക്ടർമാരും നഴ്സ്മാരുമെല്ലാം വളരെ തിരക്കിൽ എന്തൊക്കെയോ ചെയ്യുന്നുണ്ട്. ഞാൻ അവിടെയുണ്ടായിരുന്ന ഒരു കർട്ടന് പിന്നിലായി ഒളിച്ചുനിന്നു. എനിക്ക് ഇപ്പോഴും ആ രോഗിയുടെ മുഖം കാണാൻ പറ്റുന്നുണ്ടായിരുന്നില്ല. പെട്ടെന്ന് അതിലൊരു ഡോക്ടർ ആ പേഷ്യന്റിനെ ഡിഫിബ്രില്ലേഷൻ ചെയ്യാൻ തുടങ്ങി.

ഇതെല്ലാം കണ്ട് എന്റെയുള്ളിലെ ടെൻഷൻ വർദ്ധിച്ചുകൊണ്ടേ നിന്നു. ഡോക്ടർ 3 വട്ടം ഡിഫിബ്രില്ലേഷൻ ചെയ്തു. നാലാം തവണ ചെയ്യപ്പോൾ പെട്ടെന്ന് ആ പേഷ്യന്റിന്റെ ഹാർട്ട് ബീറ്റ് തിരിച്ച വന്നു. അവിടെയു ണ്ടായിരുന്ന ഡോക്ടർമാരും നഴ്സ്മാരും ഒരു ദീർഘ നിശ്വാസത്തോടെ എന്തൊക്കെയോ സംസാരിച്ച് ഐ.സി.യൂവിൽ നിന്ന് പുറത്തേക്ക് പോയി.

എല്ലാവരും പോയപ്പോൾ ഞാൻ പതിയെ ആ രോഗിയുടെ അടുത്തേ ക്ക് ചെന്നു. ആ മുഖം കണ്ടതും ഞാൻ ആകെ സ്തംഭിച്ച പോയി. അത് രാഹേലായിരുന്നു. അവൾ ആകെ മെലിഞ്ഞ് ക്ഷീണിച്ച് അവശയായ ഇതുപോലെയായിരുന്നു അവിടെ കിടന്നത്. അവളെ അങ്ങനെയൊരു അവസ്ഥയിൽ കണ്ടപ്പോൾ എനിക്ക് എന്തോ പോലെയായി. പെട്ടെന്ന് രാഹേൽ എന്നെ വിളിച്ചു.

"അക്ഷയ് .."

എനിക്ക് അവളെ അങ്ങനെ ഒരു രൂപത്തിൽ കണ്ടു നിൽക്കാൻ കഴിയുന്നില്ലായിരുന്നു. രാഹേൽ പിന്നെയും എന്നെ വിളിച്ചു

"അക്ഷയ് ..."

ഞാൻ അവളുടെ അടുത്തേക്ക് ചെന്നു. അവൾ എന്നോട് എന്തോ പറയാൻ ശ്രമിക്കുന്നുണ്ടായിരുന്നു. ശബ്ദം വളരെ കുറവായിരുന്നു. ഞാൻ എന്റെ തല സ്വല്പം താഴ്ത്തി അവളുടെ അടുത്തേക്ക് വെച്ചു. റാഹേൽ എന്നോട് പതിഞ്ഞ ശബ്ദത്തിൽ സംസാരിക്കാൻ തുടങ്ങി.

"എനിക്ക് നിന്നോട് ഒരു കാര്യം പറയാനുണ്ട്. പറഞ്ഞിട്ടൊരു കാര്യ വ്യമില്ല എന്ന് അറിയാവുന്നത് കൊണ്ടാണ് ഇത്രയും കാലം പറയാതി രുന്നത്."

"എന്താടാ പറ."

തീർത്തും അവശയായി വളരെ പതിഞ്ഞ സ്വരത്തിൽ അവൾ പറഞ്ഞു.

"I Love you ... I Love you ..."

ഞാൻ പെട്ടെന്ന് കണ്ണ് തുറന്നു. എന്റെ സൈഡിൽ റാഹേലുണ്ടാ യിരുന്നു. കൂടെ ഡോക്ടറും രണ്ട് നഴ്സ്മാരും. "എന്ത് പറ്റി? ഉറക്കത്തിൽ കൂറെ തവണ റാഹേൽ, റാഹേൽ എന്ന് വിളിക്കുന്നുണ്ടായിരുന്നല്ലോ. റാഹേൽ ഇവിടെ തന്നെ ഉണ്ട്ട്ടോ ഒന്നും പേടിക്കണ്ട," എന്ന് പറഞ്ഞു കൊണ്ട് ഡോക്ടർ ഒന്ന് ചിരിച്ചു. എന്റെ റിപ്പോർട്ടൊക്കെ നോക്കിയിട്ട് ഡോക്ടർ എല്ലാം ഓക്കെയാണ് റൂമിലേക്ക് ഇന്നു തന്നെ മാറ്റാം എന്ന് നഴ്സിനോട് പറയുന്നത് കേട്ടു.

ഡോക്ടർ വീണ്ടും എന്നോട് സംസാരിക്കാൻ തുടങ്ങി. എങ്ങനെ ഉണ്ടായിരുന്നു ഇന്നലത്തെ ഉറക്കം? എന്തേലും സ്വപ്നം കണ്ട് പേടിച്ചോ? ഇന്നലെ ഇവിടെ ഡ്യൂട്ടിയിലുണ്ടായ നഴ്സ് പറഞ്ഞു നിങ്ങൾ ഉറക്കത്തിൽ എന്തൊക്കെയോ പറയുന്നുണ്ടായിരുന്നു എന്നൊക്കെ. അതെ ഡോക്ടർ, എന്തൊക്കെയോ സ്വപ്നങ്ങൾ... എല്ലാം ശരിക്കും നടന്ന പോലെയൊരു തോന്നൽ. ചിലത് മുന്നെ എപ്പോഴോ ഉണ്ടായ സംഭവങ്ങൾ പോലെയും... ഡോക്ടർ തുടർന്നു.

"പ്രശ്നം ആക്കണ്ട. റെം സ്ലീപ്പിൽ ഇങ്ങനെ ഉണ്ടാവുന്നത് സ്വഭാവിക മാണ്. ഇപ്പോൾ ഒന്ന് റിലാക്സ് ചെയ്തോളൂ."

അതിനുശേഷം ഞാൻ ഡോക്ടറോട് രാഹേലിനെ കുറിച്ച് ചോദിച്ചു. "ഡോക്ടർ രാഹേൽ എവിടെയാ?"

ഞാൻ അന്വേഷിച്ചിരുന്നു. പക്ഷെ അങ്ങനെയൊരാളെ ഇവിടെ അഡ്മിറ്റ് ചെയ്തിട്ടില്ല. വണ്ടിയിൽ നിങ്ങൾ മാത്രമേ ഉണ്ടായിരുന്നുള്ള എന്നാണ് നിങ്ങളെ രക്ഷിച്ചവർ പറഞ്ഞത്. ഞാൻ എന്തായാലും ഈ കേസ് പോലീസിൽ റിപ്പോർട്ട് ചെയ്തിട്ടുണ്ട്. അവർ നിങ്ങളുടെ അടുത്ത് വന്നു സംസാരിച്ചോളും. ഡോക്ടർ മറുപടി പറഞ്ഞു. ഡോക്ടർ നഴ്സിനോട് എന്നെ റൂമിലേക്ക് മാറ്റിക്കോളാൻ നിർദ്ദേശം കൊടുത്ത് അവിടെ നിന്ന്

പോയി. കുറച്ച് കഴിഞ്ഞപ്പോൾ അവിടെയുണ്ടായ ഒരു മെയിൽ നഴ്സ് എന്നെ പതിയെ ഒരു വീൽ ചെയറിൽ ഇരുത്തി റൂമിലേക്ക് കൊണ്ട് പോയി. ഐ.സി.യു വിന് പുറത്ത് എത്തിയപ്പോൾ കണ്ട കാഴ്ച എന്റെ യുള്ളിൽ ഒരു ഞെട്ടൽ ഉണ്ടാക്കി. ഞാൻ ഇന്നലെ സ്വപനത്തിൽ കണ്ടതുമായി തീർത്തും സാമ്യമുള്ളതായിരുന്ന ഹോസ്പിറ്റലിന്റെ ഘടന.

അയാൾ എന്നെ എലിവേറ്ററിന്റെ അടുത്തേക്കായിരുന്ന കൊണ്ട് പോയത്. എന്നെ കൊണ്ട് പോയ ആ വഴിയെല്ലാം ഇന്നലെ സ്വപ്ന ത്തിൽ കണ്ടതുപോലെ തന്നെയായിരുന്ന. അങ്ങനെ ഞങ്ങൾ എലി വേറ്ററിന്റെ മുന്നിൽ എത്തി. സ്വപനത്തിൽ കണ്ടതുപോലെ ലിഫ്റ്റിന് എതിർ വശത്തായി ഞാൻ ഇന്നലെ കണ്ട ആ സ്പെഷ്യൽ ഐ.സി. യു കണ്ട. എല്ലാം നൂറ് ശതമാനം സാമ്യമെന്ന് പറയാൻ പറ്റില്ല. കുറച്ച വ്യത്യാസങ്ങളുണ്ട്. അതായത് സ്വപ്നത്തിൽ ഫ്ലോർ ടൈലായിരുന്ന. ഇവിടെ മൊസൈക്കാണ്. സ്വപ്നത്തിൽ കണ്ട ലിഫ്റ്റ് ഒരു മോഡേൺ സ്റ്റൈൽ ലിഫ്റ്റായിരുന്ന. ഇവിടെ പഴയ കമ്പിയുടെ ഡോർ ഉള്ള ലിഫ്റ്റ്. പക്ഷെ ഹോസ്പിറ്റലിന്റെ ബേസിക് ഘടന ഒന്നായിരുന്ന. ഞാൻ എന്തായാലും ഈ ഹോസ്പിറ്റലിൽ മുന്നേ വന്നിട്ടില്ല എന്നുള്ളത് എനിക്ക് ഉറപ്പാണ്. പെട്ടെന്ന് ലിഫ്റ്റ് ഓപ്പൺ ആയി നഴ്സ് എന്നെ ലിഫ്റ്റിലേക്ക് കയറ്റി അഞ്ചാം ഫ്ലോർ ക്ലിക്ക് ചെയ്ത.

ഞങ്ങൾ റൂമിൽ എത്തുമ്പോൾ റാഹേൽ ഞങ്ങളെ കാത്ത് റൂമിൽ നിൽക്കുന്നുണ്ടായിരുന്ന. അവൾ എന്റെ ഡ്രസുകളും ലാപ്പോപ്പും ഫോണുമെല്ലാം റൂമിലേക്ക് എത്തിച്ചിരുന്ന. ഇതൊക്കെ ചെയ്ത തരാൻ എനിക്ക് കുടുംബക്കാർ ആരും ഉണ്ടായിരുന്നില്ല. അവൾ ഉള്ളതുകൊണ്ട് ഞാൻ ഒറ്റയ്ക്ക് ആണെന്ന തോന്നൽ എനിക്ക് ഉണ്ടായിരുന്നില്ല. റൂമിൽ എത്തിയ ശേഷം എന്നെ വീൽ ചെയറിൽ നിന്ന് എണീപ്പിച്ച് ബെഡിൽ കിടത്തി. എനിക്ക് ദേഹത്ത് അവിടെ അവിടെയായി വേദനകൾ അനുഭവപ്പെട്ടുന്നുണ്ട്. റൂമിൽ റാഹേലിനെ കൂടാതെ ദിയയും അവളുടെ ബോയ്ഫ്രണ്ട് ജിതിനുമുണ്ടായിരുന്ന. ദിയ ആണ് റാഹേലിന്റെ കട്ട കമ്പനി. അവൾ എപ്പോഴും റാഹേലിന്റെ കൂടെ തന്നെയാണ്. അതുകൊണ്ട് തന്നെ റാഹേൽ കഴിഞ്ഞാൽ എനിക്ക് കുറച്ചെങ്കിലും അടുപ്പമുള്ളത് ദിയയോട്ടും അവളുടെ ബോയ്ഫ്രണ്ട് ജിതിനോട്ടുമാണ്. ഇവരെ കൂടാതെ വേറെ ചിലരും എന്നെ കാണാൻ വന്നിരുന്ന.

ഇത്രയും പേരൊക്കെ എന്നെ കാണാൻ വരുമെന്ന് ഞാൻ സ്വപ്ന ത്തിൽ കൂടി കരുതിയില്ല. കോളേജിന് ശേഷം എന്റെ ജീവിതത്തിലേ ക്ക് സുഹൃത്ത് എന്ന നിലയിൽ പുതുതായി ആരും കയറി വന്നിട്ടില്ല. പിന്നെ റാഹേലിന്റെ കുറച്ച് സുഹൃത്തുക്കൾ എന്റെ സുഹൃത്തുക്കളായി

     ബിയോണ്ട് ദി മെമ്മറീസ്

മാറിയിരുന്നു. പക്ഷെ അവരെയൊക്കെ ഞാൻ ശരിക്കും ഒരു സുഹൃ ത്തെന്ന നിലയിൽ കണ്ടിരുന്നോ എന്ന് എനിക്ക് തന്നെ അറിയില്ല. അതുകൊണ്ട് തന്നെ അവരെയൊന്നും ഞാൻ ഇന്ന് ഇവിടെ പ്രതീ ക്ഷിച്ചിരുന്നില്ല. എന്തായാലും റാഹേൽ ഉള്ളിടത്തോളം കാലം ഞാൻ ഒറ്റപ്പെടില്ല എന്ന് എനിക്ക് തോന്നി. അവൾ എന്റെ അടുത്തിരുന്ന് എല്ലാവരോടും ഓരോന്ന സംസാരിക്കുകയായിരുന്നു.

പലരും എന്നോട് എന്താണ് പറ്റിയതെന്ന് ചോദിക്കുന്നുണ്ടെങ്കിലും എനിക്ക് എന്തോ, ഉണ്ടായ സംഭവം ഇവരോടൊക്കെ പറയാൻ താല്പര്യം തോന്നിയില്ല. അതുകൊണ്ട് തന്നെ ഞാൻ അവർക്കൊന്നും കൃത്യമായ ഒരു മറുപടി കൊടുത്തതും ഇല്ല. ഇവരെല്ലാം പോയിട്ട വേണം റാഹേലിനോട് എല്ലാം വിശദമായി സംസാരിക്കാൻ. പതിയെ എല്ലാവരും പോയി തുടങ്ങി. അവസാനം റാഹേലും ദിയയും അവളുടെ ബോയ് ഫ്രണ്ട് ജിതിനും മാത്രമായി. ജിതിൻ എന്നോട് അത്യാവശ്യം സംസാരിക്കുന്ന ഒരാളാണ്. അവനും എന്നെ പോലെ ഒരു പ്രോഗ്രാ മറാണ്. അതുകൊണ്ട് ഞങ്ങൾക്ക് ഇടയിൽ സംസാരിക്കാൻ കുറെ സാമ്യമുള്ള വിഷയങ്ങൾ ഉണ്ടായിരുന്നു. ജിതിന് ഞാൻ എന്തോ ഒളിപ്പിക്കുന്ന പോലെയൊരു തോന്നൽ ഉണ്ടെന്ന് തോന്നുന്നു. ഞാൻ ബാക്കി ഉള്ളവരോട് നടന്ന സംഭവം വിവരിക്കുമ്പോൾ അവൻ എന്നെ ഇടക്കിയിടെ നോക്കുന്നത് ഞാൻ ശ്രദ്ധിച്ചിരുന്നു. എല്ലാവരും പോയി കഴിഞ്ഞ് ഞാനും ജിതിനും ദിയയും റാഹേലും മാത്രമായപ്പോൾ ജിതിൻ പെട്ടെന്ന് പോയി വാതിൽ ലോക്ക് ചെയ്തു. എന്താ ശരിക്കും ഉണ്ടായത്? സത്യം പറ ഒരു ചെറിയ ചിരിയോടെ ജിതിൻ ചോദിച്ചു.

പെട്ടെന്ന് റാഹേലും എന്നോട് സംസാരിക്കാൻ തുടങ്ങി.

"നീ ഇത്രയും നേരം പറഞ്ഞതൊക്കെ നുണയാണെന്ന് എനിക്ക് മനസിലായി. ശരിക്കും എന്താ ഉണ്ടായേ? നിന്റെ കൂടെ രാഹേൽ ഉണ്ടാ യിരുന്നു എന്നൊക്കെ പറയുന്നുണ്ടായിരുന്നാല്ലോ."

ഞാൻ അപ്പൊ തന്നെ റാഹേലിനോട് ചോദിച്ചു.

"രാഹേലിനെ കുറിച്ച് എന്തേലും വിവരം കിട്ടിയോ?"

പെട്ടെന്ന് ദിയ : "രാഹേലോ അതാരാ?"

ജിതിൻ: "രാഹേൽ ..രാഹേൽ അത് ഇങ്ങേരെ പഴയ ഫ്രണ്ട് അല്ലേ. ഇങ്ങേരെ റൂമിൽ ഇങ്ങേര് വരച്ച ചിത്രത്തിലുള്ള പുള്ളി അല്ലേ?"

"ആ ..ആ ..അതുതന്നെ.."

"അവൻ എവിട്ടന്നാ ഇപ്പൊ വന്നേ? അവനെ നീ എവിട്ടന്നാ കണ്ടേ?" റാഹേൽ എന്നോട് ചോദിച്ചു.

"നീ അല്ലേ അവനെ എന്റെ ബർത്ത് ഡേയ്ക്ക് ക്ഷണിച്ചത്!"

റാഹേൽ വളരെ ആശ്ചര്യത്തോടെ "ഞാനോ!"

പെട്ടെന്ന് റൂമിന്റെ വാതിൽ ആരോ മുട്ടി. ജിതിൻ വേഗം പോയി വാതിൽ തുറന്നു. രണ്ട് പോലീസ് ഓഫീസർസായിരുന്നു. അവർ രണ്ട് പേരും അകത്തേക്ക് കയറി എന്നോട് ഓരോന്ന് ചോദിക്കാൻ തുടങ്ങി.

അവർ എന്നോട് എവിടെ പോയതാണ്, എങ്ങനെയാണ് ആക്സി ഡന്റ് ഉണ്ടായത് എന്നൊക്കെ ചോദിച്ചു. ഞാൻ പക്ഷെ മൊത്തം പറഞ്ഞിരുന്നില്ല. നടന്ന കാര്യമൊക്കെ പറഞ്ഞാൽ പോലീസുകാർ ഏത് രീതിയിലായിരിക്കും എടുക്കുക എന്ന് ഞാൻ ഭയന്നു. അവരുടെ ചോദ്യം പിന്നെ രാഹേലിനെ കുറിച്ചായി. രാഹേൽ എന്റെ സുഹൃത്താണ്. കുറെക്കാലങ്ങൾക്ക് ശേഷം എന്റെ ബർത്ത് ഡേ പാർട്ടിക്ക് വന്നതായി രുന്നു. പിന്നെ ശനിയാഴ്ചയായതുകൊണ്ട് ലീവ് ആയതിനാൽ വെറുതെ ഒരു ഡ്രൈവിന് പോയതാണ് എന്നുമാണ് അവരോട് ഞാൻ പറഞ്ഞത്.

അവർ എന്നോട് രാഹേലിന്റെ ഫോട്ടോ വല്ലതുമുണ്ടെങ്കിൽ അയച്ച് കൊടുക്കാൻ പറഞ്ഞു. പക്ഷെ എന്റെ കൈയ്യിൽ അവന്റെ ഫോട്ടോ ഒന്നുമില്ലായിരുന്നു. ഞാൻ അത് അവരോട് പറഞ്ഞപ്പോൾ അവർ എന്നോട് അവന്റെ എഫ്.ബി, ഇൻസ്റ്റാഗ്രാം ഐഡിയൊക്കെ ചോദിച്ചു. പക്ഷെ അതും എനിക്ക് അറിയില്ലായിരുന്നു. എന്റെ ഈ മറുപടികളെ ല്ലാം അവരിൽ ഒരു നീരസം ഉണ്ടാക്കി. പെട്ടെന്ന് അതിലൊരു പോലീ സുകാരൻ കുറച്ച കർക്കശ ഭാവത്തിൽ എന്നോട് ചോദിച്ചു. ഇത്രയും വലിയ ക്ലോസ് ഫ്രണ്ടിന്റെ എഫ്.ബി, ഇൻസ്റ്റാഗ്രാം ഒന്നും അറിയില്ലേ? ഒരുമിച്ചുള്ള ഒരു ഫോട്ടോ കൂടി ഇല്ലേ?

"സർ ഞാൻ കുറെ കാലത്തിന് ശേഷമാണ് അവനെ കണ്ടത്. ഏകദേശം 10 കൊല്ലത്തിനുശേഷം. അന്ന് ഈ എഫ്ബി, ഇൻസ്റ്റാ ഗ്രാം ഒന്നും അത്ര ഫേമസ് ആയിരുന്നില്ല. എന്റെ കൈയ്യിൽ അന്ന് ഒരു ഫോൺ കൂടി ഇല്ലായിരുന്നു."

എന്റെ മറുപടികളൊന്നും അവർക്കത്ര തൃപ്തികരം ആയിരുന്നില്ല. പോലീസുകാരൻ ഒന്ന് മൂളിയിട്ട് പറഞ്ഞു. നിങ്ങൾ സഹകരിച്ചാലെ ആളെ കണ്ട് പിടിക്കാൻ പറ്റുള്ളൂ. ഇതുവരെ ഞങ്ങളുടെ അന്വേഷണ ത്തിൽ വേറെ ആരെയും അന്ന് ആക്സിഡന്റ് നടന്ന സ്ഥലത്ത് നിന്ന് കണ്ട് കിട്ടിയിട്ടില്ല. അതേ പോലെ വേറെ എന്തെങ്കിലും പറ്റിയിട്ടുണ്ടെ ങ്കിൽ തന്നെ ബോഡി കിട്ടേണ്ട ടൈം കഴിഞ്ഞു. ഏറ്റവും അതിശയം നിങ്ങളെ രക്ഷിച്ചവരും നിങ്ങളെ കൂടാതെ ആ വണ്ടിയിൽ ആരെയും കണ്ടിട്ടില്ല എന്നാണ് പറഞ്ഞത്.

മൊത്തത്തിൽ ഒരു കോംപ്ലിക്കേഷൻ ഫീൽ ചെയ്യുന്നുണ്ട്.

എന്തായാലും നിങ്ങൾ അയാളുടെ ഫോട്ടോ വല്ലതും ഒപ്പിക്കാൻ പറ്റുമോ എന്ന് നോക്ക്. ഇതും പറഞ്ഞ് അയാൾ അയാളുടെ വാട്സാപ്പ് നമ്പർ എനിക്ക് തന്നു. എന്നിട്ട് ഫോട്ടോ കിട്ടിയാൽ ഈ നമ്പറിലേക്ക് അയക്കാൻ പറഞ്ഞിട്ട് അവിടെ നിന്ന് പോയി. അവർ പോയ ഉടനെ റാഹേൽ ഓടിച്ചെന്ന് വാതിൽ പൂട്ടി എന്നോട് സംസാരിക്കാൻ തുടങ്ങി.

"റാഹലിനെ ഞാൻ വിളിച്ചെന്നോ? ഞാൻ അവനെ കണ്ടിട്ട് കൂടി ഇല്ല. പിന്നെ എങ്ങനെ വിളിക്കാനാ?"

എനിക്ക് എല്ലാം കൂടി ഒരു എത്തും പിടിയും കിട്ടാത്ത അവസ്ഥയായി രുന്നു. ഞാൻ അവളോട് പറഞ്ഞു.

"അവൻ എന്നോട് പറഞ്ഞത് നീ വിളിച്ച എന്നാ."

"അവൻ ഞാൻ വിളിച്ച എന്നാണോ പറഞ്ഞേ?" റാഹേൽ ചോദിച്ചു. "അങ്ങനെ അല്ലാ.. ഞാൻ ഊഹിച്ച് അവനോട് ചോദിച്ചതായിരുന്നു. നിന്നെ റാഹേൽ അല്ലേ വിളിച്ചതെന്ന്... അപ്പൊ അവൻ ന്യൂ ഹെറിറ്റേജ് പാർക്കിൽ വെച്ച് നിന്നെ കണ്ടതൊക്കെ പറഞ്ഞു. റാഹേൽ ആശ്ചര്യ ത്തിൽ നീ എന്തൊക്കെയാ ഈ പറയുന്നേ! ഞാൻ ഈ അടുത്തൊന്നും അവിടെ പോയിട്ടേ ഇല്ല. അതും അല്ല ഈ റാഹലിനെ ഞാൻ നീ വരച്ച ഫോട്ടോയിൽ മാത്രമാണ് കണ്ടിട്ടുള്ളത്. പിന്നെ നീ പറഞ്ഞ അറിവും. അതിൽ അപ്പുറം എനിക്ക് അവനെ കുറിച്ച് ഒരു പിടിയും ഇല്ല."

"നീ അപ്പൊ ശരിക്കും അവനെ കണ്ടിട്ടില്ലേ?"

എനിക്ക് വല്ലാത്തൊരു ഞെട്ടൽ അനുഭവപ്പെട്ടു. റാഹേൽ ഒന്ന് കൺഫ്യൂഷൻ ആയ പോലെ.

"അക്ഷയ്, നീ പത്ത് കൊല്ലം മുന്നെ വരച്ച ചിത്രം വെച്ച് ഞാൻ എങ്ങനെയാടാ ഇപ്പൊ ഉള്ള അവനെ പാർക്കിൽ നിന്നൊക്കെ കണ്ടു പിടിക്കുന്നത്! നിനക്ക് ഇത് എന്താ പറ്റിയേ..."

അവനെ കാണാൻ ഇപ്പോഴും അതേ പോലെയൊക്കെ തന്നെയാണ്. വലിയ മാറ്റമൊന്നും ഇല്ല ഞാൻ റാഹേലിനോട് പറഞ്ഞു.

റാഹേൽ എന്നെ നോക്കി കണ്ണുരുട്ടി. "അതാണോ ഇവിടത്തെ പ്രശ്നം? ഞാൻ അവനെ കണ്ടിട്ടില്ല പിന്നെ അവൻ എങ്ങനെയാ വന്നേ?"

എന്റെ തല പെരുക്കാൻ തുടങ്ങി. സംശയങ്ങളും ഉത്തരം കിട്ടാത്ത ചോദ്യങ്ങളും മാത്രമായി. റാഹേലിനെ അല്ലെങ്കിൽ അവൻ ആരെ ആയിരിക്കും കണ്ടത്? അവൻ ശരിക്കും എങ്ങനെയാണ് അന്ന് രാത്രി അവിടെ എത്തിയത്?

===

രാഹൽ!

രാഹൽ എങ്ങനെയാണ് അന്ന് രാത്രി എന്റെ വീട്ടിലെത്തിയത് എന്നായിരുന്നു പിന്നെ അങ്ങോട്ടുള്ള ചിന്ത. റാഹേലും ജിതിനും ദിയയും രാഹലിനെ ഫേസ്ബുക്കിലും ഇൻസ്റ്റാഗ്രാമിലുമൊക്കെ തപ്പാൻ തുടങ്ങി. എന്റെ മുറിയിൽ ഞാൻ വരച്ച വെച്ച രാഹലിന്റെ ചിത്രം മനസ്സിൽ കണ്ടായിരുന്നു അവർ അവനെ തിരഞ്ഞത്.

പക്ഷെ അവർക്ക് ഇപ്പോഴും അവന്റെ പ്രൊഫൈൽ ഒന്നും കണ്ടെപിടിക്കാൻ കഴിഞ്ഞില്ല. പെട്ടെന്ന് റാഹേൽ

"അവൻ ഇപ്പൊ എന്ത് ചെയ്യുന്നു എന്നാണ് പറഞ്ഞത്?"

" വെഡിങ് ഫോട്ടോഗ്രാഫർ ആണ്."

ഞാൻ മറുപടി കൊടുത്തു.

അപ്പോൾ തന്നെ അവൾ എന്നോട് അവന്റെ ഫോട്ടോഗ്രാഫി കമ്പനിയുടെ പേര് ചോദിച്ചു. അപ്പോഴാണ് ഞാൻ മനസിലാക്കിയത് ഞാൻ മുഴുവൻ സമയവും നിഹാരയെ കുറിച്ച മാത്രമായിരുന്നു അവനോട് സംസാരിച്ചത്. അവനെ കുറിച്ച് ഒന്നും ചോദിച്ചിരുന്നില്ല.

ഈ തിരിച്ചറിവ് വന്നപ്പോൾ ഒരു നിമിഷത്തേക്ക് എനിക്ക് എന്നോട് തന്നെ അമർഷം തോന്നി. ഒരുപാട് കാലത്തിനശേഷം അവനെ കണ്ടിട്ട് അവനെ കുറിച്ച് കാര്യമായി ഒന്നും ചോദിക്കാത്തത് മോശമായിപോയി എന്നൊരു തോന്നൽ.

അടുത്തത് ദിയയുടെ ചോദ്യമായിരുന്നു.

"അല്ല അക്ഷയ്, നിങ്ങൾ എങ്ങോട്ടാ അന്ന് ശരിക്കും പോയത്? നീ

 ബിയോണ്ട് ദി മെമ്മറീസ്

അങ്ങനെ അൺപ്ലാൻഡ് ട്രിപ്പൊന്നും പോവുന്ന ഒരാൾ അല്ലല്ലോ. പെട്ടെന്ന് ഇത് എന്ത് പറ്റി അന്നങ്ങ് എടുത്തു ചാടി പോവാൻ."

ദിയയുടെ ആ ചോദ്യത്തിന് കൂട്ട് പിടിച്ച് റാഹേൽ തുടർന്നു. അതേ, പ്ലാൻഡ് ട്രിപ്പ് പോവാൻ തന്നെ ഇവന് മടിയാണ്, ഇത് എന്താ പെട്ടെന്ന് സംഭവിച്ചത്! എല്ലാ കാര്യങ്ങളും വിശദമായി ഇവരോട് പറയുന്നതായിരിക്കും നല്ലതെന്ന് എനിക്ക് തോന്നി. ഒന്നും ഇല്ലെങ്കിൽ ഇതൊക്കെ പറഞ്ഞ് കഴിഞ്ഞാൽ എന്റെ മനസ്സിന് ഒരു സമാധാനം കിട്ടുമായിരിക്കും. ഞാൻ അവരോട് എല്ലാം പറയാൻ തീരുമാനിച്ചു.

"ഞാൻ ഇനി പറയാൻ പോവുന്ന കാര്യങ്ങൾ കേട്ട് നിങ്ങൾ എങ്ങനെ എടുക്കുമെന്ന് എനിക്ക് അറിയില്ല. കഴിഞ്ഞ കുറച്ച് ദിവസങ്ങളായി എന്റെ ജീവിതത്തിൽ നടന്ന കാര്യങ്ങളൊക്കെ ഒരു തരം മിസ്റ്ററി പോലെയായിരുന്നു. ഒരുപാട് കാര്യങ്ങൾ നടന്നു. അതുകൊണ്ട് തന്നെ ഞാൻ ഇപ്പോൾ പറയാൻ പോവുന്ന കാര്യങ്ങൾ വേറെ ആരും അറിയണ്ട."

"നീ ആളെ പേടിപ്പിക്കാതെ കാര്യം പറ. എന്താ സംഭവം?"

റാഹേലിന്റെ ക്ഷമ നശിച്ചിരുന്നു. ഞാൻ എല്ലാ കാര്യങ്ങളും തുടക്കം മുതൽ വള്ളി പുള്ളി തെറ്റാതെ അവരോട് പറയാൻ തുടങ്ങി.

അവർ മൂന്ന് പേരും കുട്ടികൾ ഒരു മുത്തശ്ശി കഥ കേൾക്കുന്നത് പോലെ എന്റെ ചുറ്റും ഇരുന്ന് ശ്രദ്ധയോടെ എല്ലാം കേട്ടിരുന്നു. ഹോസ്പിറ്റലിൽ വെച്ച് കണ്ട സ്വപ്നം ഞാൻ തത്കാലം അവരോട് പറഞ്ഞില്ല. അതൊഴികെ എല്ലാം ഞാൻ വ്യക്തമായി തന്നെ പറഞ്ഞു. എല്ലാം പറഞ്ഞ് കഴിഞ്ഞപ്പോൾ മനസ്സിന് ഒരു ആശ്വാസം കിട്ടിയത് പോലെ.

പറഞ്ഞ് കഴിഞ്ഞയുടനെ ദിയ ആശ്ചര്യത്തോടെ ചോദിച്ചു.

"നിഹാരയ്ക്ക് ശരിക്കും എന്താ പറ്റിയേ? അവളെ തന്നെ ആയിരുന്നോ നീ അന്ന് കണ്ടത്?"

ഞാൻ നിസ്സഹായഭാവത്തിൽ ദിയയെ നോക്കി പറഞ്ഞു.

"എനിക്ക് അറിയില്ല. എനിക്ക് ഒരു ഐഡിയയും ഇല്ല."

ഈ പറഞ്ഞതൊക്കെയാണ് കഴിഞ്ഞ കുറച്ച് ദിവസമായി എന്റെ ജീവിതത്തിൽ നടന്നത്. എനിക്ക് തന്നെ അറിയില്ല ആരാ ശരിക്കും ഈ നിഹാര എന്നും എന്തുകൊണ്ടാണ് എന്റെ മനസ്സിൽ ഇടക്കിടെ അവളുടെ മുഖം വന്നു മായുന്നതെന്നും. ജിതിൻ ശരിക്കും ഒരു മിസ്റ്ററി നോവൽ കേട്ട പ്രതീതിയിലായിരുന്നു. അവൻ പെട്ടെന്ന് എന്നോട് "നിഹാരയുടെ ഫോട്ടോ ഒന്ന് കാണിച്ച് തരുമോ, നിങ്ങൾ ഫേസ്ബു ക്കിൽ തപ്പിയപ്പോൾ ഫോട്ടോ കണ്ട എന്നല്ലേ പറഞ്ഞത്."

അപ്പോൾ തന്നെ ദിയ ജിതിനെയൊന്ന് കണ്ണുരുട്ടി നോക്കി.

"ജസ്റ്റ് ഒന്ന് കാണാനാ. കഥ കേട്ടപ്പോൾ ആളെ കാണാനൊരു ആഗ്രഹം.."

"നിഹാര, കെ.പി ടി.സി.എസ് അസ്സോസിയേറ്റ് എഞ്ചിനീയർ എന്ന് ടൈപ്പ് ചെയ്യാൽ മതി. പിന്നെ കാർ ആക്സിഡന്റ് തൊണ്ടയാട് ബൈപാസ് എന്ന് സെർച്ച് ചെയ്യാൽ ആ ആക്സിഡന്റ് ഡീറ്റെയിൽസ് വരും."

ഞാൻ മറുപടി കൊടുത്തു. അപ്പോൾ തന്നെ ജിതിൻ ഫോണിൽ സെർച്ച് ചെയ്യാൻ തുടങ്ങി. ദിയയും റാഹേലും ജിതിന്റെ ഒപ്പം കൂടി. ജിതിൻ പെട്ടെന്ന് ഒരു ഫേസ്ബുക്ക് പ്രൊഫൈൽ ഫോട്ടോ എനിക്ക് കാണിച്ചു തന്നിട്ട്

"ഇതാണോ?"

എന്നു ചോദിച്ചു. അവൻ കാണിച്ചു തന്ന ഫോട്ടോ അവളുടേത് തന്നെ യായിരുന്നു. അവളുടെ ഫോട്ടോ കണ്ടപാട് എന്റെ മനസ്സ് പിന്നെയും ഒരു മൂകതയിലേക്ക് പോകാൻ തുടങ്ങി. ഞാൻ പതിയെ മൂളിക്കൊ ണ്ട് തലയാട്ടി. അവർ ആകാംക്ഷയോടെ അവളുടെ പ്രൊഫൈൽ നോക്കാൻ തുടങ്ങി. പിന്നെ അവരുടെ അന്വേഷണം ആ കാർ ആക്സി ഡന്റിനെ കുറിച്ചായിരുന്നു.

അതിന്റെ ഇടയിലൂടെ ജിതിൻ എന്നോട്: "ആക്സിഡന്റായത് ജൂൺ 10 ന്, നീ എപ്പോഴായിരുന്ന അവളെ കണ്ടത്?"

"ജൂൺ 13"

ജിതിൻ തുടർന്നു. "എടാ എനിക്ക് തോന്നുന്നത് രാഹേൽ പറഞ്ഞ പോലെ ആള് മാറി പോയതാണെന്നാണ്. നീ കണ്ടത് വേറെ ആരെ യെങ്കിലുമാവും. മുഖ സാമ്യമുള്ള വേറെ ആരെങ്കിലും..."

അതിന്റെ ഇടയിലൂടെ റാഹേൽ. "എന്നിട്ട് രാഹേൽ എവിടെ പോയി? ഡാ അക്ഷയ് നിന്റെ ഫോണിൽ ക്ളൗഡ് ഡ്രൈവിൽ നീ വരച്ച പിക് ഒക്കെ ഇല്ലേ.. അതിൽ രാഹേലിന്റെ പിക് ഉണ്ടാവും. അത് എന്തായാലും പോലീസിന് അയച്ച് കൊടുക്ക് അവരവനെ അന്വേഷിക്കട്ടെ."

"എന്റെ ഫോൺ എവിടെ?"

പെട്ടെന്ന് റാഹേൽ കുറച്ച് കുശുമ്പ് ഭാവത്തിൽ

"വല്ല പെൺപിള്ളേരെയും തപ്പിപ്പോവുമ്പോൾ ഫോൺ എടുക്കണം എന്ന ബോധം കൂടി ഉണ്ടാവില്ലല്ലോ. ഞാൻ ചാർജാക്കി വെച്ചിട്ടുണ്ട്. ദിയാ നിന്റെ ബാഗില്യുണ്ട്. അവന് അത് കൊടുത്തേ."

റാഹേലിന് പെട്ടെന്ന് ഒരു ഭാവമാറ്റം വന്ന പോലെ എനിക്ക് തോന്നി. ഞാൻ റാഹേലിനെ തന്നെ നോക്കി നിന്നു. ദിയ ഫോൺ എടുത്ത് തന്നു. ജിതിൻ ഇപ്പോഴും നിഹാരയെ കുറിച്ചുള്ള അഗാധമായ തിരച്ചിലിലാണ്.

ഞാൻ ഫോൺ ഓൺ ആക്കി. ഫോണിൽ ഒരുപാട് നോട്ടിഫി ക്കേഷൻ ഉണ്ടായിരുന്നു. അതിലധികവും ഓഫീസ് മെയിലാണ്. പിന്നെ ഒരു ഇൻസ്റ്റാഗ്രാം നോട്ടിഫിക്കേഷൻ ഉണ്ടായിരുന്നു. ഞാൻ അത് എടുത്തു നോക്കി. 2 ഫ്രണ്ട് റിക്വസ്റ്റ് വന്നു കിടക്കുന്നുണ്ട്. ഒന്ന് റൈഡർ ഫ്രാങ്കോ, വേറെ ഒന്ന് റോയൽ സച്ചിയും. പൊതുവെ എനിക്ക് അങ്ങനെ അറിയാത്ത ആരുടെയും ഫ്രണ്ട് റിക്വസ്റ്റ് ഒന്നും വരാറില്ലായിരുന്നു. ഞാൻ ആദ്യം തന്നെ റൈഡർ ഫ്രാങ്കോയുടെ അക്കൗണ്ട് എടുത്തു നോക്കി. അക്കൗണ്ട് നിറച്ചും ബൈക്ക് ട്രിപ്പിന്റെ ഫോട്ടോസാണ്. അതിൽ 4 ദിവസം മുന്നെ അപ്ലോഡ് ചെയ്ത ഒരു ഗ്രൂപ്പ് ഫോട്ടോ ഉണ്ടായിരുന്നു. അത് എന്നെ ആകെ ഞെട്ടിച്ചു. ഒരു ക്യാമ്പ് ഫയറിന്റെ മുന്നിൽ നിന്നും എടുത്ത ഒരു ഫോട്ടോ. ആ ഫോട്ടോയുടെ നടുവിൽ ഞാനും ഉണ്ടായി രുന്നു. റൈഡർ ഫ്രാങ്കോ എന്റെ തോളിൽ കൈയിട്ട് നിൽക്കുന്നുണ്ട്. കൂടെ 7 പേരും.

ഞാനന്ന് രാത്രി ഒരു ക്യാമ്പ് ഫയർ കണ്ടതുപോലെ ഓർക്കുന്നുണ്ടാ യിരുന്നു. അത് സ്വപ്നമാണെന്നാണ് വിചാരിച്ചത്. പക്ഷെ അത് സ്വപ്നം ആയിരുന്നില്ലേ? ഞാൻ എപ്പോഴാണ് ഇവരെയൊക്കെ പരിചയപ്പെ ട്ടത്? എപ്പോഴാണ് ഈ ഫോട്ടോ എടുത്തത്? എനിക്കൊന്നും മനസി ലാവുന്നില്ലായിരുന്നു. ഞാൻ വേഗം റോയൽ സച്ചിയുടെ അക്കൗണ്ടിൽ കയറി. അതിൽ ഞാനും അവനും കൂടിയുള്ള ഒരു സെൽഫി ഉണ്ടാ യിരുന്നു. ഞാൻ വെറുതെ അവന്റെ റീൽസ് സെക്ഷൻ ഒന്ന് എടുത്തു നോക്കി. അത് വീണ്ടും എന്നെ ഞെട്ടിച്ചു. ഞാൻ ഗിറ്റാർ വായിക്കുന്ന ഒരു വീഡിയോ. അതും ഞാൻ സ്വപ്നത്തിൽ കേട്ട എന്ന് പറയുന്ന അതേ ട്യൂൺ. ആ റീൽ പ്ലേ ചെയ്തുകൊണ്ട് നിൽക്കുന്നതിനിടയിൽ ദിയ എന്നോട് ചോദിച്ചു.

ഇത് ഏതാടാ ട്യൂൺ മുന്നെ കേട്ടിട്ടില്ലല്ലോ. നല്ല റൊമാന്റിക് മ്യൂസിക്. ഞാൻ ദിയയുടെ മുഖത്തേക്ക് കുറച്ച് നേരം നോക്കി നിന്നു. ദിയ പെട്ടെന്ന് എന്ത് പറ്റി എന്ന് ചോദിച്ചു. ദിയയുടെ സൈഡിൽ ഇരുന്ന ജിതിൻ പെട്ടെന്ന് എന്നെ നോക്കി കൊള്ളാലോ ഇത് ഏതാ സോങ് എന്ന് ചോദിച്ചു. ഞാൻ ഇടറിയ ശബ്ദത്തിൽ മറുപടി കൊടുത്തു. ഈ ട്യൂണാണ് അന്ന് ഞാൻ ആ ബ്രിട്ടീഷ് ബംഗ്ലാവിൽ വെച്ച് കേട്ടു എന്ന് പറഞ്ഞത്.

ഞാൻ അപ്പോഴും തരിച്ച നിൽക്കുകയായിരുന്നു. പെട്ടെന്ന് റാഹേൽ

എന്റെ മുഖത്തേക്ക് നോക്കി ചോദിച്ചു. ഇതാണോ അത്? ഞാൻ തല പതിയെ അനക്കി. അവർ മൂന്ന് പേരും എന്റെ അടുത്തേക്ക് വന്ന് ഫോൺ വാങ്ങി ആ വീഡിയോ നോക്കാൻ തുടങ്ങി. റാഹേൽ ആശ്ചര്യ ത്തിൽ, നിനക്ക് ഗിറ്റാർ വായിക്കാനൊക്കെ അറിയുമായിരുന്നോ? ഈ ട്യൂൺ ശരിക്കും കൊള്ളാലോ. നമ്മൾ ഇവിടെയൊന്നും കേൾക്കാത്ത ഒരു തരം ട്യൂൺ. നീ ഇതൊക്കെ എങ്ങനെ വായിച്ചു?

"എടീ മ്യൂസിക് പോയിട്ട് ഒരു ഗിറ്റാർ മര്യാദക്ക് പിടിക്കാൻ കൂടി എനിക്ക് അറിയില്ല. ഇതാണ് ഞാൻ പറഞ്ഞത്, കുറച്ച് ദിവസമായി എന്റെ ജീവിതത്തിൽ നടക്കുന്നതൊന്നും മനസിലാവുന്നില്ലെന്ന്."

പെട്ടെന്ന് ജിതിൻ, "പഴയ സ്റ്റൈൽ ട്യൂൺ ആണേൽ വല്ല മഗധീര സ്റ്റൈൽ പുനർജന്മമാണെന്നൊക്കെ പറയാമായിരുന്നു. ഇത് ഇപ്പോൾ നല്ല ന്യൂജൻ മ്യൂസിക് അല്ലേ..."

ഞാൻ ജിതിനെയൊന്ന് ഒരു ഇത്തിരി കർക്കശ ഭാവത്തിൽ നോക്കി. ജിതിൻ അപ്പോൾ തന്നെ വായ മൂടി. ഇവർ ഇതിനെ ഒരു ടീനേജ് മിസ്റ്ററി മൂവി ലാഘവത്തിലാണ് കാണുന്നതെന്ന് എനിക്ക് തോന്നി. എന്റെ മാന സികാവസ്ഥ ഇപ്പോഴും ഇവർക്ക് മനസിലാവുന്നില്ല. പക്ഷെ ഇവരുടെ ഇങ്ങനെയുള്ള ആറ്റിട്യൂഡും സംസാരവും എന്റെയുള്ളിലെ ടെൻഷനൊ ക്കെ കുറച്ചു. അതുകൊണ്ട് തന്നെ നിഹാരയുടെ ഓർമ്മകളും കുറഞ്ഞു.

ജിതിനും ദിയയും റാഹേലും ഇതിനെക്കുറിച്ച് അഗാധമായ ചർച്ചയി ലാണ്. ഞാൻ പതിയെ ആ രണ്ട് ഫ്രണ്ട് റിക്വസ്റ്റും അക്സെപ്റ്റ് ചെയ്തു. അതിന് ശേഷം ക്ളൗഡ് ഡ്രൈവിൽ കയറി ഞാൻ വരച്ച രാഹേലിന്റെ ഫോട്ടോ തപ്പിയെടുത്തു. എന്നിട്ട് പോലീസിന് അയച്ച കൊടുത്തു.

ആ സമയം ഒരു നഴ്സ് റൂമിലേക്ക വന്നു. എന്നിട്ട് കുറച്ച് മരുന്നുകൾ തന്നു. ഒരു ഇൻജക്ഷൻ വെച്ചു. ഇന്നലത്തെ പോലെ ഒരു ചെറിയ സെഡേഷൻ ഉണ്ടാവും എന്നും പറഞ്ഞ് അവിടുന്ന് പോയി. ജിതിനും ദിയയും നാളെ വൈകുന്നേരം വരാം എന്ന് പറഞ്ഞ് ഇറങ്ങി. റാഹേൽ എന്റെ കൂടെയാണ് ഇന്ന്.

ദിയയും ജിതിനും പോയ ശേഷം റാഹേൽ എന്റെ അടുത്തു വന്നു. എന്നെ ഒരു പുതപ്പെടുത്ത് പുതപ്പിച്ചു. ചെറുതായി ഒന്ന് ചിരിച്ച കൊണ്ട് ചോദിച്ചു. "നിഹാര വന്ന് പുതച്ച തരേണ്ടി വരുമോ?" ഞാൻ ഒന്ന് ചിരിച്ചു. "റാഹേൽ യു ആർ ദി ബെസ്റ്റ്" ഞാൻ പറഞ്ഞു. ഞാൻ അത് പറഞ്ഞ പ്പോൾ റാഹേലിന് ഒരു കള്ളച്ചിരിയുണ്ടായിരുന്നു. എന്റെ കണ്ണുകൾ പതിയെ അടഞ്ഞു തുടങ്ങിയിരുന്നു.

റാഹേലിന് എന്നോട്ടുള്ളത് ശരിക്കും ഒരു ഫ്രണ്ട്ഷിപ്പ് മാത്രമാണോ

  ബിയോണ്ട് ദി മെമ്മറീസ്

എന്ന് എനിക്ക് സംശയമായി തുടങ്ങി. ഇന്നലെ കണ്ട സ്വപ്നവും ഇടക്ക് എന്നോടുള്ള ആറ്റിറ്റ്യൂഡും കാണുമ്പോൾ അവൾക്ക് എന്നോട് പ്രേമമാണോ എന്ന് ഞാൻ സംശയിക്കാറുണ്ട്. എനിക്കും അവളെ ഇഷ്ടമാണ്. പക്ഷെ പ്രേമം എന്ന രീതിയിൽ ഇതുവരെ കണ്ടിട്ടില്ല. എന്നാൽ അവൾ എന്നോട് മുഖത്തു നോക്കി അങ്ങനെ ഒരു കാര്യം പറഞ്ഞാൽ അതൊരിക്കലും എനിക്ക് നിഷേധിക്കാൻ പറ്റില്ല.

സ്വാതിയുമായുള്ള ബന്ധം ഒഴിവായതിന് ശേഷം പ്രണയത്തെക്ക റിച്ചൊന്നും ഞാൻ ചിന്തിച്ചിരുന്നില്ല. വീണ്ടും എന്റെയുള്ളിൽ പ്രണയ ത്തിന്റെ മാധുര്യം ഉണർത്തിയത് നിഹാരയെ കണ്ട ആ രാത്രിയാണ്.

പക്ഷെ ആ പ്രണയത്തിന് ആയുസ്സ് വളരെ കുറവായിരുന്ന.

പ്രണയാർദ്രമായ ആ രാത്രി ഒരു തരം ഭീതിയേറിയ രാത്രിയായി മാറുകയായിരുന്ന. പക്ഷെ അവിടെ നിന്ന് അവളെ തേടി പോകുന്തോറും എന്റെയുള്ളിൽ ഒരായിരം പ്രണയാർദ്രമായ രാവുകളുടെയും നിമിഷങ്ങ ളുടെയും ഓർമ്മകളായിരുന്ന വന്നു ചേർന്നത്. എന്റെ ജീവിതത്തിൽ ആകെയുണ്ടായ പ്രണയം സ്വാതിയായിരുന്ന. പക്ഷെ അവളുടെ കൂടെ ഉണ്ടായ ആ പ്രണയത്തിന് ഇതുപോലൊരു ഭംഗിയുണ്ടായിരുന്നില്ല. അവൾ എന്നെ പ്രണയിച്ചിരുന്നില്ല എന്നുമായിരുന്ന അവൾ എന്നോട് അവസാനം പറഞ്ഞത്, സൗഹൃദവും പ്രണയവും തമ്മിലുള്ള വ്യത്യാസം എനിക്ക് മനസിലാവ്വന്നില്ലത്രേ. അതു കഴിഞ്ഞ് കുറച്ച കഴിഞ്ഞപ്പോൾ തന്നെ അവളുടെ കല്യാണമൊക്കെയായി, റാഹേൽ അവളോട് സംസാരിച്ചപ്പോൾ അവൾ പറഞ്ഞത് ഞാനും അവളും തമ്മിൽ വെറും ഫ്രണ്ട്ഷിപ്പ് മാത്രമേ ഉണ്ടായിട്ടുള്ള എന്നാണ്, ഞാൻ എന്തൊക്കെയോ വിളിച്ച പറയുകയാണ് എന്ന്. അവളുടെ ആ സംസാരം എന്നെ ഏറെ വേദനിപ്പിച്ചിരുന്ന. അതിനുശേഷം ഞാൻ അവളുടെ എല്ലാ ഓർമ്മകളും മറക്കാൻ ശ്രമിക്കുകയായിരുന്ന. പിന്നീടങ്ങോട്ട് പ്രണയത്തോടു തന്നെ എനിക്കൊരു ഭയമായിരുന്ന. മുഖത്തു നോക്കി ഒരാൾ ഇഷ്ടമാണ് എന്ന പറഞ്ഞാൽ കൂടി അത് സൗഹൃദമാണോ അതോ പ്രണയമാണോ എന്ന എടുത്തു ചോദിക്കണം എന്നതാണ് എന്റെ ജീവിതം പഠിപ്പിച്ച പാഠം. അതുകൊണ്ട് തന്നെയാണ് റാഹേലിന്റെ പെരുമാറ്റത്തിൽ പലപ്പോഴും അവൾക്ക് എന്നോടുള്ള പ്രണയം മനസ്സിലായിട്ടും ഞാൻ അത് പ്രണ യമായി കണക്കിലെടുക്കാത്തത്. പക്ഷെ ഇന്നലെ കണ്ട ആ സ്വപ്നം അതാണ് എന്റെ മനസ്സിനെയാകെ ഉലച്ചത്.

===

ഹായ്, ഐ ആം റാഹേൽ

അക്ഷയിനെ ഹോസ്പിറ്റലിൽ ആക്കിയിട്ട് ഇന്നേക്ക് ആറ്ദിവസമായി. സമയം ഏകദേശം രാവിലെ 10 മണിയായിട്ടുണ്ട്. അക്ഷയ് നല്ല ഉറക്ക ത്തിലാണ്. കുറച്ച് മുന്നേ അവനെക്കാണാനായി രണ്ട് പേർ വന്നിരുന്നു. ഇന്നലെ അക്ഷയ് ഇൻസ്റ്റഗ്രാമിൽ കാണിച്ച ബൈക്ക് റൈഡേഴ്സായ ഫ്രാങ്കോയും സച്ചിയുമായിരുന്നു അത്. അക്ഷയ് നല്ല ഉറക്കമായയ്ക്കൊ ണ്ട് അവർ അവനെ എഴുന്നേൽപ്പിക്കാൻ സമ്മതിച്ചില്ല.

അവർ കുറച്ച നേരം എന്നോട് സംസാരിച്ചു. പിന്നെ അവർ രാഹുലിനെ കുറിച്ചും തിരക്കി ഉച്ചയ്ക്ക് ശേഷം വരാമെന്ന് പറഞ്ഞ് അവിടെ നിന്നു പോവുകയും ചെയ്തു.

ദിയ രാവിലെ ഒരു ഫ്ലാസ്ക് കോഫിയും പിന്നെ കുറച്ച വടയുമൊ ക്കെയായി വന്നിരുന്നു. ഞാൻ ഫ്ലാസ്കിൽ നിന്നും ഒരു ഗ്ലാസ് കോഫി എടുത്ത് അവിടെയുണ്ടായിരുന്ന ഒരു കസേരയിൽ പോയി ചാരിയിരു ന്നു. എന്നിട്ട് ഇയർ പോഡ് വെച്ച് 20s മലയാളം എന്ന ഒരു പ്ലേ ലിസ്റ്റ് സ്പോട്ടിഫൈയിൽ പ്ലേ ചെയ്യാനിട്ടു.

അതിലധികവും 2009-2010 കാലത്തെ റൊമാന്റിക് മെലഡീസായിരു ന്നു ഉണ്ടായിരുന്നത്. അതെല്ലാം കേട്ടപ്പോൾ പഴയ കുറെ ഓർമ്മകൾ എന്റെ മനസ്സിലേക്ക് കടന്നു വന്നു. അക്ഷയിനെ ഞാൻ പരിചയപ്പെട്ട ന്നത് കോളേജിൽ വെച്ചാണ്. അന്ന് അക്ഷയ് തീർത്തും വ്യത്യസ്തനായി രുന്നു. വളരെ മൂഡിയായ ആരോടും അധികം സംസാരിക്കാത്ത ഒരാൾ. പതിയെ പതിയെ ഞാൻ അക്ഷയുമായി പരിചയം സ്ഥാപിച്ച.

അവനെ കുറിച്ച് കൂടുതൽ അറിഞ്ഞപ്പോൾ എനിക്ക് അവനോട് വല്ലാത്ത സിംപതി തോന്നി. അവൻ അപ്പോഴും അച്ഛനും അമ്മയും മരിച്ച ട്രോമയിൽ നിന്നും മൊത്തമായി പുറത്തു വന്നിട്ടില്ലായിരുന്നു. അവരുടെ മരണശേഷം അവൻ പഠിച്ചതൊക്കെ വീട്ടിൽ നിന്നായതുകൊണ്ട് തന്നെ ഒരുപാട് കുട്ടികളുള്ള ആ ക്ലാസ് മുറിയിൽ ഇരിക്കുമ്പോൾ അവൻ വല്ലാതെ പരിഭ്രമിക്കുന്നതും ഞാൻ ശ്രദ്ധിച്ചിട്ടുണ്ട്. അന്നൊക്കെ അവന് ആകെ പറയാനുണ്ടായിരുന്നത് അവന്റെ അച്ഛമ്മയെ കുറിച്ചും പിന്നെ അവന്റെ ഒരേയൊരു സുഹൃത്തായ രാഹുലിനെക്കുറിച്ചും മാത്രമായിരു ന്നു. അവൻ നന്നായി ചിത്രം വരക്കുമായിരുന്നു. അവന്റെ പുസ്തകങ്ങളിൽ അവൻ വരച്ച ഒരുപാട് ചിത്രങ്ങൾ ഞാൻ കണ്ടിട്ടുണ്ട്. എല്ലാ വ്യത്യസ്ത മായിരുന്നു. പലതിനും ഒരുപാട് അർത്ഥങ്ങളുള്ളത് പോലെ...

പലയും എനിക്ക് മനസ്സിലായില്ലെങ്കിലും അതെല്ലാം ഒറ്റപ്പെടലിനെ യാണ് പ്രതിഫലിപ്പിക്കുന്നതെന്ന് ഞാൻ തിരിച്ചറിഞ്ഞു. ആദ്യത്തെ ഒന്ന് രണ്ട് മാസം അവൻ തീർത്തും നിശബ്ദനായിരുന്നു. അധികമൊന്നും ആരോടും സംസാരിക്കില്ല. പക്ഷെ പതിയെ പതിയെ ഞാൻ അവന്റെ സുഹൃത്തായി മാറി. ഒരേയൊരു സുഹൃത്ത്. അങ്ങനെ അവൻ എന്നോട് ഒരുപാട് സംസാരിച്ചു തുടങ്ങി. അവന്റെ എല്ലാ കഥകളും പ്രശ്നങ്ങളു മെല്ലാം എന്നോട് അവൻ പങ്കുവെച്ചു. എന്റെ സ്കൂൾ ജീവിതവും അത്ര നല്ലതൊന്നും ആയിരുന്നില്ല. ഞാൻ അഞ്ചിൽ പഠിക്കുമ്പോഴാണ് എന്റെ അച്ഛനും അമ്മയും ഡിവോഴ്സ് ആവുന്നത്. പിന്നെ അങ്ങോട്ട് എന്റെ ജീവിതം മൊത്തം മാറി മറഞ്ഞു. അവരുടെ കൂടെ മാറി മാറിയായിരുന്നു ഞാൻ താമസിച്ചത്. എനിക്ക് എന്റെ അച്ഛനെയായിരുന്നു കൂടുതൽ ഇഷ്ടം. പക്ഷെ ഞാൻ എട്ടിൽ പഠിക്കുമ്പോൾ അച്ഛൻ ഒരു വാഹനാ പകടത്തിൽ മരിച്ചു. അതുകഴിഞ്ഞ് കുറച്ച നാൾ കഴിഞ്ഞപ്പോൾ അമ്മ മറ്റൊരു വിവാഹം കഴിച്ചു. പിന്നെ അവർ എന്നെ ഒരു ബോർഡിങ് സ്കൂളിലാക്കി അമേരിക്കയിലേക്ക് പോയി.

അതിനു ശേഷം ഞാൻ കുറച്ച കാലം അക്ഷയിനെ പോലെയായിരു ന്നു. ആരോടും ഒന്നും സംസാരിക്കാതെ, സുഹൃത്തുക്കൾ ഒന്നുമില്ലാതെ ഒരു ബെഞ്ചിൽ ഒറ്റപ്പെട്ടിരിക്കുന്ന ഒരു വിദ്യാർത്ഥി. അവിടുന്നാണ് ഞാൻ ദിയയെ പരിചയപെടുന്നത്. പിന്നെ അങ്ങോട്ട് എന്റെ ജീവിതം മാറി തുടങ്ങി. ഞാൻ കുറച്ച കൂടെ ഓപ്പണായി ചിന്തിക്കാൻ പഠിച്ചു. അച്ഛൻ മരിച്ച ശേഷം വേറെ വിവാഹം കഴിച്ച് എന്നെ ബോർഡിങ് സ്കൂളിൽ ആക്കിയ അമ്മയോട് എനിക്ക് അന്നൊക്കെ ദേഷ്യമായിരുന്നു. പക്ഷെ പിന്നെ അതൊക്കെ ഉൾക്കൊള്ളാൻ പഠിച്ചു.

ഇപ്പോൾ അമ്മയെ വല്ലപ്പോഴുമാണ് കാണാറുള്ളതെങ്കിലും

ഞാൻ അവരോട് ഒരു മകളെക്കാളുപരി ഒരു നല്ല സുഹൃത്ത് എന്ന രീതിയിലാണ് സംസാരിക്കാറുള്ളത്. എനിക്കൊരു അനിയനും ഉണ്ട്. അവരൊക്കെ അമേരിക്കയിൽ സെറ്റിൽഡാണ്. ഇടയ്ക്ക് വീഡിയോ കാൾ ചെയ്യും. അന്ന് ആകെ തകർന്ന് ഒറ്റപ്പെട്ട അവസ്ഥയിൽ നിന്നും ഇന്ന് ഇത്രയും ഓപ്പണായി ചിന്തിക്കാനും ജീവിക്കാനും പഠിപ്പിച്ചത് ദിയയാണ്. അതുകൊണ്ട് തന്നെ ഒരു നല്ല സുഹൃത്തിന്റെ വില എനിക്ക് നന്നായി അറിയാം. സ്കൂൾ കഴിഞ്ഞപ്പോൾ ദിയ ഡൽഹിയിലേക്ക് പോയി. പക്ഷെ കോളേജിന് ശേഷം ഞങ്ങൾ വീണ്ടും ഒരുമിച്ച് ഒരേ കമ്പനിയിൽ ജോലിക്കു കയറി.

അന്ന് കോളേജിൽ അക്ഷയിനെ കണ്ടപ്പോൾ എനിക്ക് എന്നെ തന്നെയാണ് കാണാൻ കഴിഞ്ഞത്. വിധിയുടെ കളികളിൽ ഒറ്റപ്പെട്ട് പോയ ഒരാൾ. പണ്ട് ദിയ എന്നെ മാറ്റിയെടുത്തത് പോലെ അക്ഷയി നെയും എനിക്ക് മാറ്റി എടുക്കണം എന്നുണ്ടായിരുന്നു. അങ്ങനെയാണ് ഞാൻ അവന്റെ കൂടെ കൂടിയത്. അന്ന് ദിയ എങ്ങനെയാണോ എന്റെ കൂടെ നിന്നത് അതേ പോലെ ഞാൻ അവന്റെ കൂടെ നിന്നു. അവനെ കുറെയൊക്കെ മാറ്റിയെടുക്കാൻ പറ്റിയിരുന്നു എന്ന് തന്നെയാണ് എന്റെ വിശ്വാസം. ആരോടും അധികം സംസാരിക്കാത്ത അവൻ പതിയെ പതിയെ എല്ലാവരോടും സംസാരിച്ച് തുടങ്ങി. അങ്ങനെ ഞാൻ അവന്റെ ഏറ്റവും അടുത്ത സുഹൃത്തായി മാറി. എന്നാലും അവന് ഞാൻ മാറിയ പോലെയൊന്നും മാറാൻ കഴിഞ്ഞിരുന്നില്ല. അവന്റെയുള്ളിൽ എവിടെയൊക്കെയോ ആ ട്രോമയുടെ ബാക്കി കിടക്കുന്നുണ്ടായിരുന്നു. അന്നൊക്കെ ഞാൻ ദിയയെ ദിവസവും ഫോൺ വിളിക്കുമായിരുന്നു. അപ്പോഴൊക്കെ അക്ഷയിനെ കുറിച്ച് മാത്രമാണ് ഞങ്ങൾ സംസാ രിച്ചിരുന്നത്. ദിയ പലപ്പോഴും പറയും എനിക്ക് അവനോട്ടുള്ളത് ഒരു സൗഹൃദം മാത്രമല്ല മറിച്ച പ്രണയമാണെന്ന്. പക്ഷെ ഞാൻ സമ്മതിച്ച കൊട്ടുക്കാറില്ല. എനിക്കും പലപ്പോഴും തോന്നാറുണ്ടായിരുന്നു എനിക്ക് അവനോട് പ്രണയമാണോ എന്ന്. പക്ഷെ അന്നൊക്കെ എന്തൊ എന്റെ മനസ്സ് അതിന് സമ്മതിച്ചില്ല. അതുകൊണ്ട് തന്നെ ഞാൻ അവനെ ഒരു ഫ്രണ്ട് എന്ന നിലയിൽ മാത്രമേ അന്നൊക്കെ കാണാൻ ശ്രമിച്ചിരുന്നുള്ളൂ.

ഒരിക്കൽ ദിയ എന്നോട് പറഞ്ഞു. അവൻ ഒരു പ്രണയത്തിലായാൽ അവന്റെ എല്ലാ പ്രശ്നവും മാറും. തനിക്ക് അവനോട് പ്രണയമൊന്നും ഇല്ലാത്ത സ്ഥിതിക്ക് വേറെ ആരെയെങ്കിലും കൊണ്ട് അവനെ പ്രണയ ത്തിൽ ആക്കണമെന്ന്. എന്റെ മറുപടി അറിയാൻ വേണ്ടിയാണ് അവൾ ഇങ്ങനെ പറഞ്ഞതെന്ന് എനിക്ക് നല്ലപോലെ അറിയാമായിരുന്നു.

  ബിയോണ്ട് ദി മെമ്മറീസ്

കാരണം അവൾക്കറിയാം എനിക്ക് അവനോട് അഗാധമായ പ്രണയ
മാണെന്ന്. അതുകൊണ്ട് തന്നെ എന്നെ ചൊടിപ്പിക്കാൻ വേണ്ടിയാണ്
ഇതുപോലെയുള്ള ഓരോന്ന് പറയുന്നത്. പക്ഷെ ഞാനും വിട്ടുകൊട
ത്തില്ല. അത് നല്ല ഐഡിയയായിരിക്കും എന്ന് ഞാനും പറഞ്ഞു.
അങ്ങനെ അവനെ ഒരു പ്രണയത്തിൽ കുടുക്കാൻ ഞാൻ മുന്നിട്ടിറങ്ങി.
അപ്പോൾ ഞങ്ങൾ സെക്കൻഡ് ഇയറായിരുന്നു. ആ സമയത്താണ്
ഫസ്റ്റ് ഇയറിൽ സ്വാതി ജോയിൻ ചെയ്തത്. വെളുത്ത മെലിഞ്ഞ നല്ല ഒരു
സുന്ദരി കുട്ടി. ആരാണെങ്കിലും ഒന്ന് നോക്കിപോവും. അങ്ങനെ ഞാൻ
അക്ഷയിയെ അവളുമായി പ്രണയത്തിൽ ആക്കാനുള്ള പരിപാടികൾ
തുടങ്ങി. പക്ഷെ അവന് അവളെ കാണുമ്പോൾത്തന്നെ പേടിയായിരു
ന്നു. ഞാൻ ഇതും പറഞ്ഞ് അവനെ വെറുപ്പിക്കുന്നതുകൊണ്ട് അവൻ
എന്റെ അടുത്തുനിന്ന് മുങ്ങി നടക്കാൻ തുടങ്ങി. അവനെ കൊണ്ട് ഈ
പരിപാടി നടക്കൂല എന്ന് എനിക്ക് മനസ്സിലായി. പക്ഷെ ഞാൻ പറഞ്ഞു
പറഞ്ഞ് സ്വാതി എങ്ങനെയോ അവൻ മനസ്സിൽ ഇടം പിടിച്ചിരുന്നു.
കോളേജ് എല്ലാം കഴിഞ്ഞ് ഫേസ്ബുക്കിലൂടെ അവൻ അവളെ വീണ്ടും
പരിചയപ്പെട്ടുകയും പിന്നെ പ്രണയത്തിലാവുകയും ചെയ്തു.

കോളേജിൽ പഠിക്കുമ്പോൾ ഞാൻ എത്ര തവണ പറഞ്ഞിട്ടും അവൻ
സ്വാതിയോട് സംസാരിക്കുന്നത് ഞാൻ കണ്ടിട്ടില്ല.

പിന്നീട് ജോലിയൊക്കെ കിട്ടിയ ശേഷം അവൻ ഫേസ്ബുക്കിലൂടെ
പ്രണയത്തിലായി എന്ന് കേട്ടപ്പോൾ എനിക്ക് ആശ്ചര്യം ആയിരുന്നു.
അവൻ എന്നോട് ഇതൊക്കെ പറയുമ്പോൾ സത്യം പറഞ്ഞാൽ
എനിക്ക് എന്തോ വല്ലാത്ത സങ്കടമായി. ദിയ പറഞ്ഞപോലെ എന്റെ
മനസ്സിൽ എപ്പോഴൊക്കയോ അവനോട് കടുത്ത പ്രണയം തോന്നി
യിരുന്നു. അവൻ എപ്പോഴും എന്റെ കൂടെ ഉണ്ടാവണം എന്ന് ഞാൻ
ഒരുപാട് ആഗ്രഹിച്ചിരുന്നു. കോളേജ് കഴിഞ്ഞപ്പോൾ അവന് ജോലി
കിട്ടിയത് ബാംഗ്ലൂർ ആണ്. ഞാൻ ഇവിടെ ദിയയുടെ കൂടെ ക്രിയേറ്റീവ്
സൊലൂഷൻസിലും ജോയിൻ ചെയ്തു. പക്ഷെ എനിക്ക് അവനെ അപ്പോ
ഴൊക്കെ ഒരുപാട് മിസ് ചെയ്യാറുണ്ടായിരുന്നു. കോളേജിൽ ജോയിൻ
ചെയ്ത സമയത്ത് എനിക്ക് ദിയയെ മിസ് ചെയ്തതിലും എത്രയോ മടങ്ങ്
എനിക്ക് അക്ഷയിയെ മിസ് ചെയ്യാൻ തുടങ്ങി. ദിയ എന്നും പറയും The
Truth is you are madly in love with Akshay.. പക്ഷെ ഞാൻ
അത് സമ്മതിച്ച കൊടുക്കാറില്ല. എന്നാൽ അക്ഷയ് സ്വാതിയുമായി
പ്രണയത്തിലാണെന്ന് പറഞ്ഞ ദിവസം എന്റെ എല്ലാ ഈഗോയും
നിലംകുത്തി വീണു. അന്ന് രാത്രി ഞാൻ ദിയയെ വിളിച്ച കുറെ കരഞ്ഞു.
ശരിക്കും ഒരു കൊച്ച കുട്ടിയെ പോലെ. ദിയ എന്നെ ആശ്വസിപ്പിക്കാൻ

ശ്രമിച്ചെങ്കിലും ഞാൻ ആകെ പിടിവിട്ട അവസ്ഥയിലായിരുന്നു. ഇപ്പോഴും ലേറ്റ് ആയിട്ടില്ല. അക്ഷയിയോട്ട പോയി കാര്യങ്ങളൊക്കെ തുറന്നു സംസാരിക്കാൻ ദിയ എന്നോട് പലവട്ടം പറഞ്ഞു. പക്ഷെ എന്റെ മനസ്സ് അതിനു മാത്രം സമ്മതിച്ചില്ല. അന്നാണ് ഞാൻ ആദ്യമായി മദ്യ പിക്കുന്നത്. ദിയയെ കൂട്ടി ഞാൻ അവിടെയുണ്ടായിരുന്ന ഒരു പബ്ബിൽ കയറി കുറെ ഷോർട്സും കോക്ടെയിലുമൊക്കെ കുടിച്ചു. അതായിരുന്നു എന്റെ ജീവിതത്തിലെ ഏറ്റവും ഇമോഷണലായ ദിവസം.

അന്ന് ദിയയുടെ കൂടെ ജിതിനും ഉണ്ടായിരുന്നു. അവനും എന്നെ കുറെ ഉപദേശിച്ചു. എന്നോട് എല്ലാം തുറന്നു പറയാൻ പറഞ്ഞു. പക്ഷെ എന്റെ അഭിമാനം അതിന് സമ്മതിച്ചില്ല. എനിക്ക് അക്ഷയിയോട് കടുത്ത പ്രണയമാണെന്ന് അറിയുന്ന രണ്ടേ രണ്ടു പേർ ഇവർ മാത്രമാണ്. ഇപ്പോഴും അത് അങ്ങനെ തന്നെയാണ്. ആറ് മാസം മുമ്പ് എല്ലാം മാറി മറിഞ്ഞു. സ്വാതി മറ്റൊരാളെ കല്യാണം കഴിച്ചു. ഇവർക്കിടയിൽ ശരിക്കും എന്താണ് സംഭവിച്ചതെന്ന് എനിക്ക് അറിയില്ല. കല്യാണത്തിന് മുന്നെ അക്ഷയ് പറഞ്ഞത് പ്രകാരം ഞാൻ അവളോട് സംസാരിച്ചിരുന്നു. പക്ഷെ അവൾ പറയുന്നത് അവളും അക്ഷയും തമ്മിൽ അങ്ങനെയൊരു പ്രണയമൊന്നുമില്ലായിരുന്നു എന്നും, അവൻ എന്തൊക്കെയോ വട്ട് പറയുകയാണ് എന്നുമാണ്. ദിയയും ജിതിനും എന്നോട് ഈ അവസരം മുതലാക്കി അവനോട്ടുള്ള ഇഷ്ടം തുറന്നു പറയാൻ പറഞ്ഞെങ്കിലും എനിക്ക് അങ്ങനെ ഒന്നും ചെയ്യാൻ തോന്നിയില്ല.

അവനെ സഹായിക്കാൻ മാത്രമായിരുന്നു പിന്നെ ഞാൻ ശ്രമിച്ചത്. പിന്നങ്ങോട്ട് മുഴുവൻ സമയവും ഞാൻ അക്ഷയിയുടെ കൂടെ തന്നെയാ യിരുന്നു. ഓഫീസിലെ ഞങ്ങളുടെ സ്ഥിരം കോഫി സ്പോട്ടിൽ നിന്നും കോഫി കുടിച്ചുകൊണ്ട് സ്വാതിയുമായുള്ള ഓരോ കഥകൾ അവൻ പറഞ്ഞുകൊണ്ടേയിരുന്നു. ഇത്രയൊക്കെ ഇവർ തമ്മിൽ അടുത്തിരു ന്നെങ്കിൽ എങ്ങനെയാണ് സ്വാതി ഇത്ര സിമ്പിളായി അവർ തമ്മിൽ വെറും ഒരു ഫേസ്ബുക്ക് ഫ്രണ്ട്ഷിപ്പ് മാത്രമേ ഉള്ളുവെന്ന് പറഞ്ഞത് എന്ന് ഞാൻ പലപ്പോഴും ചിന്തിക്കാറുണ്ട്. അക്ഷയ്ക്കും അവളുടെ മറുപടി വല്ലാത്ത ഒരു അതിശയമായിരുന്നു. അവൻ വീണ്ടും പഴയ പോലെ മൂകതാവസ്ഥയിലേക്ക് എത്തിയിരുന്നു. നിർഭാഗ്യവശാൽ ആ സമയം ഓഫീസിലും ഒരുപാട് തിരക്കുകളും പണികളുമൊക്കെ വന്നു. അതിനുശേഷം എനിക്കും അവനെ ശ്രദ്ധിക്കാൻ സമയം കിട്ടിയിരു ന്നില്ല. അവനും നല്ല തിരക്കിലായിരുന്നു. അങ്ങനെ പോകുമ്പോഴാണ് അവന്റെ ജന്മദിനം വരുന്നത്. ദിയയും ജിതിനും എന്നോട് അന്ന് അവനോട് ഇഷ്ടം തുറന്നു പറയാൻ നിർബന്ധിച്ചുകൊണ്ടേയിരുന്നു.

          ബിയോണ്ട് ദി മെമ്മറീസ്

പക്ഷെ അന്നും എനിക്ക് അതിന് പറ്റിയില്ല.

അവന്റെ ജന്മദിനത്തിന് ഞങ്ങളൊരുക്കിയ സർപ്രൈസ് തന്നെ അവന് അത്ര അങ്ങോട്ട് പിടിച്ചില്ലെന്ന് എനിക്ക് തോന്നി. സത്യം പറഞ്ഞാൽ അത് ദിയയുടെ ഐഡിയയായിരുന്നു. അവന് ഇഷ്ടമാവില്ലെന്ന് ആദ്യമേ എനിക്ക് തോന്നിയിരുന്നു. ഇത്രയും ആളുകളെ കണ്ടപ്പോൾ തന്നെ അവന്റെ മൂഡ് മാറുന്നത് ഞാൻ ശ്രദ്ധിച്ചിരുന്നു. അതുകൊണ്ട് തന്നെ എനിക്ക് ഒന്നും അവനോട് പറയാൻ തോന്നിയില്ല. ഞാൻ അവന് ബർത്ത്ഡേക്ക് പ്രസന്റ് ചെയ്യാനായി നോക്കിയയുടെ ലേറ്റസ്റ്റ് ഫ്ലാഗ് ഷിപ്പ് മോഡൽ ഓർഡർ ചെയ്തിരുന്നു. ഫോൺ ഇതുവരെ ഇറങ്ങിയിരുന്നില്ല. പ്രീ ഓർഡറാണ് ചെയ്തത് അന്ന്. ഏകദേശം 3 ആഴ്ചയോളം കഴിഞ്ഞേ ഫോൺ കിട്ടുള്ളൂ. അവന്റെ പിറന്നാൾ രാത്രി എനിക്ക് പ്രണയാഭ്യർത്ഥന നടത്താൻ കഴിയാഞ്ഞതുകൊണ്ട് ഇതു കൊടുക്കുമ്പോൾ കുറച്ച റൊമാന്റിക്കായി എന്റെ പ്രണയം അവനോട് പറയാനായിരുന്നു ദിയയും ജിതിനും എന്നോട് പറഞ്ഞത്. എനിക്ക് അതൊന്നും പറ്റില്ലെന്ന് ഞാൻ അവരോട് പറയുകയും ചെയ്തു. പക്ഷെ അവർ ഒരുപാട് നിർബന്ധിച്ചപ്പോൾ അവസാനം ഞാൻ പറയാൻ തന്നെ തീരുമാനിച്ചു. അപ്പോഴാണ് ഇതെല്ലാം നടക്കുന്നതും അക്ഷയ് ഹോസ്പിറ്റലിലാവുന്നതും. പക്ഷെ ഇപ്പോൾ അക്ഷയ് പറഞ്ഞ നിഹാരയുടെ കഥ കൂടി കേട്ടപ്പോൾ എനിക്ക് എന്തോ പോലെയായി. പറയണോ വേണ്ടയോ എന്ന ചിന്ത എന്നെ വല്ലാതെ ആകുലപ്പെടുത്താൻ തുടങ്ങി. ഇപ്പോൾ എന്റെ മനസ് മുഴുവൻ കൺഫ്യൂഷനും സങ്കടവുമാണ്.

===

ദി മാജിക് ഡ്രിങ്ക്

ഞാൻ കണ്ണ് തുറന്നു. എന്റെ ബെഡിന്റെ സൈഡിലുള്ള കസേരയിൽ റാഹേൽ ചാരിക്കിടന്നുറങ്ങുന്നുണ്ടായിരുന്നു.

അവളുടെ ഒരു ചെവിയിലെ ഹെഡ്ഫോൺ ഊരി കിടക്കുന്നുണ്ട്. അതിൽ പാടിക്കൊണ്ടിരുന്ന പാട്ടിന്റെ ശബ്ദം എനിക്ക് ചെറുതായി കേൾക്കാമായിരുന്നു. ഞാൻ കുറച്ച നേരം അവളെ തന്നെ നോക്കി അവിടെ കിടന്നു. അല്പ നേരം കഴിഞ്ഞപ്പോൾ അവൾ പതിയെ കണ്ണ് തുറന്നു എന്റെ നേർക്ക് നോക്കി ഒന്ന് പുഞ്ചിരിച്ചു.

"ഇതെപ്പോ എഴുന്നേറ്റ്?"

"കുറച്ച നേരമായി."

"എന്നിട്ട് എന്താ വിളിക്കാഞ്ഞേ"

"ച്ഛമ്മാ... എന്നാൽ എഴുന്നേറ്റ് പല്ലൊക്കെ തേച്ചേ. നമുക്ക് ബ്രേക്ക്ഫാ സ്റ്റ് കഴിക്കാം"

അവൾ എന്റെ അടുത്തു വന്ന് പതുക്കെ എന്നെ ബെഡിൽ നിന്ന് എഴുന്നേൽപ്പിച്ചു. ഞാൻ പതിയെ വാഷ്റൂമിലൊക്കെ പോയി പല്ലു തേച്ച് തിരിച്ച വന്നു. അപ്പോഴേക്കും അവൾ ഒരു പ്ലേറ്റിൽ വടയും ചായയുമൊ ക്കെ എടുത്തു വെച്ചിരുന്നു.

"ഇതൊക്കെ എപ്പോ വാങ്ങി?"

"വാങ്ങിയതല്ല. ദിയ രാവിലെ കൊണ്ട് തന്നു പോയതാ. അവൾ ഉണ്ടാക്കിയതാണ് എന്നാണ് പറഞ്ഞത്. "ഇതു കഴിച്ചിട്ട് ഒന്നും പറ്റല്ലായി രിക്കും അല്ലേ," ഞാൻ ച്ഛമ്മാ അവളോട് ചിരിച്ചുകൊണ്ട് ചോദിച്ചു. "ഏയ്

ഇല്ല, ഞാൻ രാവിലെ ഒരെണ്ണം കഴിച്ചതാ, ഇതുവരെ ഒരു കുഴപ്പവും ഇല്ല. tested and approved." അവൾ ചിരിച്ചുകൊണ്ട് മറുപടി തന്നു.

ഞാൻ ചെറുതായി ചിരിച്ച ശേഷം ഭക്ഷണം കഴിക്കാൻ തുടങ്ങി. എന്നെ കാണാൻ ഇൻസ്റ്റഗ്രാമിൽ ഇന്നലെ കണ്ട ആ രണ്ടു പേർ വന്നിരുന്നു എന്ന് അവൾ പറഞ്ഞപ്പോൾ എനിക്ക് അതിശയമായിരുന്നു. എനിക്ക് അന്ന് അവരുമായി സംസാരിച്ചത് കൂടി കൃത്യമായി ഓർത്തെടുക്കാൻ കഴിഞ്ഞിരുന്നില്ല. ഇന്നലെ അവർ മെസ്സേജ് അയച്ച സ്ഥിതിക്ക് ഞാൻ വെറുതെ ഒന്ന് റിപ്ലൈ കൊടുത്തു എന്നേ ഉള്ളൂ. പക്ഷെ അവർ ഇങ്ങനെ എന്നെ കാണാൻ വരുമെന്ന് ഒന്നും വിചാരിച്ചില്ല.

"അവർ എന്ത് പറഞ്ഞു?"

"അവർ നീ ഉറങ്ങുകയായയ്തുകൊണ്ട് നിന്നെ എഴുന്നേൽപ്പിക്കാൻ സമ്മതിച്ചില്ല. ഉച്ചയ്ക്ക് ശേഷം വരാം എന്ന് പറഞ്ഞു പോയി. അതിലെ സച്ചിടെ റിലേറ്റീവാണ് ഇപ്പൊ നിന്നെ നോക്കുന്ന ദിവാകർ ഡോക്ടർ. പിന്നെ അവർ രാഹലിനെ കുറിച്ചും തിരക്കി കേട്ടോ."

"അന്ന് രാത്രി എന്തൊക്കെയാണ് ശരിക്കും നടന്നതെന്ന് എനിക്ക് ഓർത്തെടുക്കാൻ കഴിഞ്ഞിരുന്നില്ല. ഞാൻ അന്ന് കുടിച്ച ആ മദ്യത്തിന് എന്തോ ഒരു പ്രത്യേകതയുള്ളതുപോലെ. സാധാരണ മദ്യം കുടിച്ചാൽ ഉണ്ടാവുന്ന പോലെയായിരുന്നില്ല അന്ന് ഉണ്ടായത്. പറഞ്ഞറിയിക്കാൻ പറ്റാത്ത ഒരു അനുഭൂതിയായിരുന്നു അത്."

അന്ന് എന്റെ ബോധം മൊത്തം പോയിരുന്നു. പക്ഷെ രാഹൽ പറഞ്ഞത് ഞാൻ അപ്പോൾ തന്നെ കിടന്നുറങ്ങി എന്നാണല്ലോ. അന്നത്തെ ആ ദിവസം ശരിക്കും നിഗൂഢത നിറഞ്ഞതായിരുന്നു. ഞാൻ എന്റെ ഫോൺ എടുത്ത് ഇൻസ്റ്റഗ്രാം നോക്കി. 2 മെസ്സേജസ് ഉണ്ട്. റോയൽ സച്ചി എന്ന അക്കൗണ്ടിൽ നിന്നുമായിയിരുന്നു അത്. ഞാൻ ഇന്നലെ ആക്സിഡന്റായതും ഹോസ്പിറ്റലിൽ ആണെന്നൊക്കെ മെസേജ് അയച്ചിരുന്നു.

അയ്യോ എന്ത് പറ്റി? പ്രശ്നം ഒന്നും ഇല്ലല്ലോ അല്ലേ?അവിടെ എന്റെ ഒരു റിലേറ്റീവുണ്ട് Dr ദിവാകർ. എന്റെ അമ്മയുടെ ഏട്ടനാണ്. ഞാനും പ്രാങ്കോയും ഇപ്പൊ നാട്ടിലുണ്ട്. ഞങ്ങൾ നാളെ അങ്ങോട്ട് വരാം. നമുക്ക് നേരിട്ട് കാണാം. എന്നായിരുന്നു മെസേജ്.

ഇന്നലെ ഞാൻ ഉറങ്ങി പോയതുകൊണ്ട് ഈ മെസ്സേജ് കണ്ടിരു ന്നില്ല. അത് കഴിഞ്ഞ് കുറച്ച നേരം യൂട്യൂബിൽ വീഡിയോസൊക്കെ കണ്ട് അവിടെ തന്നെ കിടന്നു. കുറച്ച് സമയം കഴിഞ്ഞപ്പോൾ ഡോക്ടർ എന്റെ മുറിയിലേക്ക് വന്ന് എന്റെ റിപ്പോർട്ടൊക്കെ എടുത്തു നോക്കി.

"കുഴപ്പമൊന്നുമില്ല. വേറെ പ്രശ്നം ഒന്നുമില്ലെങ്കിൽ നാളെ തന്നെ ഡിസ്ചാർജ് ആക്കാം."

പിന്നെ പുള്ളിക്കാരൻ ക്യാഷ്വലായി സംസാരിക്കാൻ തുടങ്ങി. "സച്ചിനെ അറിയാം അല്ലേ. അവൻ എന്റെ പെങ്ങളെ മോനാ.. അവനെ എങ്ങനെയാ പരിചയം?"

സത്യം പറഞ്ഞാൽ ഡോക്ടർക്ക് എന്താണ് മറുപടി കൊട്ടക്കേണ്ട തെന്ന് എനിക്ക് നിശ്ചയമില്ലായിരുന്നു. ഞാൻ ഇവരെയൊക്കെ പരി ചയപ്പെട്ടത് തന്നെ എനിക്ക് ഓർത്തെടുക്കാൻ കഴിയുന്നില്ല. ഞാൻ കുറച്ച തപ്പി കളിച്ച ശേഷം കഴിഞ്ഞ ആഴ്ച ബാഗിന ഹള്ളിയിൽ സ്റ്റേ ചെയ്തിരുന്നു. അവിടെ വെച്ചാണ് പരിചയപ്പെട്ടത് എന്നു പറഞ്ഞു.

"ഓ അപ്പോൾ ഈയയട്ടത്ത് പരിചയപ്പെട്ടതാണല്ലേ.. അവന് ഈ പറയുന്ന രാഹുലിനെ അറിയുമോ?"

വീണ്ടും ഞാനൊന്ന് പരുങ്ങി. അവർക്ക് രാഹുലിനെ അറിയുമോ എന്ന് തന്നെ എനിക്ക് നിശ്ചയമില്ലായിരുന്നു.

"ഡോക്ടർ എനിക്ക് കുറച്ച് കാര്യങ്ങൾ പറയാനുണ്ടായിരുന്നു."

"യെസ് അക്ഷയ് പറയൂ."

ഞാൻ നിഹാരയുടെ കാര്യമൊഴികെ അന്ന് രാത്രി നടന്ന കാര്യം മുഴുവൻ പറഞ്ഞു.

"നിങ്ങൾ സാദാ മദ്യം തന്നെയായിരുന്നോ കുടിച്ചത്?"

അവിടെയുള്ള ഒരു ലോക്കൽ ഷോപ്പിൽ നിന്നും വാങ്ങിയതാ. "അവിട്ടത്തെ ഫേമസ് സാധനമാണ് എന്ന പറഞ്ഞാണ് തന്നത്. പേര് ഒന്നും ഇല്ല. അവർ അതിന് മാജിക് ഡ്രിങ്ക് എന്നാ പറഞ്ഞത്." ഞാൻ പറഞ്ഞു തീർന്നതും,

"ഓ ഗോഡ് അതൊന്നും വാങ്ങി കുടിക്കരുത്. അതൊന്നും പ്രോപ്പ റായ രീതിയിൽ ഉണ്ടാക്കുന്ന മദ്യം അല്ല. അതിൽ വീര്യം കൂട്ടാൻ മാജിക് മഷ്റൂംസ്ഒക്കെ അരച്ച് ചേർക്കുന്നതാണ്. അതുകൊണ്ട് ടെംപ്രറി മെമ്മറി ലോസ് മുതൽ ഹാലൂസിനേഷൻ വരെ ഉണ്ടാവും. ഇറ്റ്സ് റിയലി ഡേഞ്ചറസ്. ഓരോ ആളകളിലും അതിന്റെ എഫക്ട് വ്യത്യസ്തമായിരി ക്കും. ചിലർക്ക് പല തരത്തിലുള്ള ഹാലൂസിനേഷൻസ് ഉണ്ടാവും. മെഡിക്കൽ ടേംസ്സിൽ ഇതിനെ *Psychedelic Experience* എന്നാണ് പറയുക. കൊളോക്കിയലായി ട്രിപ്പ് എന്നും പറയും. ചിലർക്ക് ഇത് ഹാപ്പി ട്രിപ്പ് ആയിരിക്കും. മറ്റ ചിലർക്ക് ഇത് സാഡ് ട്രിപ്പ് ആയിരിക്കും. ചിലർക്ക് അവരുടെ ഇൻഡെപ്ത് മെമ്മറിയിലുള്ള ഹാപ്പി മൊമെന്റ്സ്

അല്ലെങ്കിൽ സാഡ് മൊമെന്റ്സ്സൊക്കെ വെച്ചായിരിക്കും ട്രിപ്പ് സ്റ്റാർട്ട് ആവുക."

ഇതൊക്കെ കേട്ടപ്പോൾ തന്നെ എനിക്ക് പേടിയാവാൻ തുടങ്ങി.

"ഡോക്ടർ, അന്ന് എന്തൊക്കെയാ നടന്നതെന്ന് ഒന്ന് സച്ചിയോട് ചോദിക്കാമോ? സത്യം പറഞ്ഞാൽ എനിക്കൊന്നും ഓർമ്മയില്ല."

"യെസ് ഞാൻ ചോദിക്കാം. അവൻ ഉച്ചയ്ക്ക് ശേഷം ഇങ്ങോട്ട വരാം എന്ന് പറഞ്ഞിട്ടുണ്ട്. ഞാൻ അവനോട് ചോദിക്കാം."

"ഡോക്ടർ രാഹലിനെക്കുറിച്ച് എന്തെങ്കിലും ന്യൂസ് ഉണ്ടോ?"

"സോറി, എന്റെ അറിവിൽ ഒന്നുമില്ല. അന്ന് രാത്രി നിങ്ങളുടെ കൂടെ രാഹൽ ഉണ്ടായിരുന്നോ?"

"യെസ് ഉണ്ടായിരുന്നു." ഞാൻ മറുപടി കൊടുത്തു.

"അപ്പോൾ സച്ചിക്ക് അവനെ പരിചയം ഉണ്ടാവില്ലേ?"

"എനിക്ക് അറിയില്ല. അന്ന് രാത്രി നടന്നതൊന്നും എനിക്ക് ഓർമ്മ യില്ല. പക്ഷെ അന്ന് രാവിലെ രാഹൽ ഇവരെ കണ്ടതായോ അവിടെ ഉണ്ടായ ക്യാമ്പ് ഫയറിനെക്കുറിച്ചോ ഒന്നും പറഞ്ഞിരുന്നില്ല." ഞാൻ മറുപടി കൊടുത്തു.

"thats interesting. ഞാൻ എന്തായാലും സച്ചിസുമായി ഒന്ന് സംസാരിക്കട്ടെ, അവൻ എന്തായാലും ഉച്ചയ്ക്ക് വരാന്ന് പറഞ്ഞിട്ടുണ്ട ല്ലോ. ഇല്ലെങ്കിൽ ഞാൻ അവനെയൊന്ന് ഫോൺ വിളിച്ച നോക്കാം." ഇതും പറഞ്ഞ് ഡോക്ടർ അവിടെ നിന്ന് പോയി.

"കണ്ണിൽ കണ്ട സാധനമൊക്കെ വലിച്ച് കേറ്റിക്കോ. എന്നിട്ട് എനി ക്കൊന്നും ഓർമ്മയില്ലാ എന്ന് പറഞ്ഞ് നടന്നോ. "റാഹേൽ അപ്പോൾ തന്നെ എന്നെ നോക്കി കണ്ണുരുട്ടി പറഞ്ഞു. ഞാൻ അവളുടെ മുഖത്ത് നോക്കിയൊന്നു ചിരിച്ചിട്ട് അവിടെ ചെരിഞ്ഞു കിടന്നു. കുറച്ച സമയം കഴിഞ്ഞപ്പോൾ ഡോക്ടർ വീണ്ടും വന്നു.

"സച്ചിയെ ഞാൻ വിളിച്ച് സംസാരിച്ചിരുന്നുട്ടോ. അവൻ പറയുന്നത് നിങ്ങൾ അന്ന് നല്ല മദ്യ ലഹരിയിൽ ആയിരുന്നു എന്നാണ്. പിന്നെ അന്ന് അവിടെ നിന്ന് ഗിറ്റാറൊക്കെ വായിച്ച് എല്ലാവരോടും നല്ല സംസാരമായിരുന്നു എന്നൊക്കെ പറഞ്ഞു. പക്ഷെ അവർ ആരും രാഹലിനെ കണ്ടിരുന്നില്ല. എന്നാൽ നിങ്ങൾ രാഹലിനെക്കുറിച്ച് അവരോട് ഒരുപാട് സംസാരിച്ചിരുന്നു. രാവിലെ നിങ്ങളോട് യാത്ര പറയാനും അവർ വന്നിരുന്നു. പക്ഷെ നിങ്ങൾ നല്ല ഉറക്കമായിരുന്നു. അപ്പോഴും അവിടെ രാഹലിനെ കണ്ടിരുന്നില്ല എന്നാണ് പറയുന്നത്."

"അതേ പോലെ ആരാ ഈ നിഹാര?"

"ഡോക്ടർക്ക് ആ പേര് എവിടെ നിന്നു കിട്ടി!" ഞാൻ അതിശയത്തിൽ ഡോക്ടറോട് ചോദിച്ചു.

"നിങ്ങൾ അന്ന് രാത്രി ഏറ്റവും കൂടുതൽ സംസാരിച്ചത് നിഹാര യെക്കുറിച്ചാണ്. അവൾക്ക് വേണ്ടി എഴുതിയ പാട്ടെന്ന് പറഞ്ഞാണ് ഗിറ്ററിൽ ആ ട്യൂൺ ഒക്കെ വായിച്ചത്." ഡോക്ടർ പറഞ്ഞു. ഇതെല്ലാം കേട്ടപ്പോഴേക്കും എന്റെ തല പെരുക്കാൻ തുടങ്ങിയിരുന്നു.

"ഡോക്ടർ വീണ്ടും ചോദിച്ചു ആരാ ഈ നിഹാര?"

ഞാൻ ഒന്നും ഒളിച്ചു വെക്കാതെ നടന്ന കാര്യങ്ങളെല്ലാം ഇടക്കം മുതൽ ഡോക്ടറോട് പറയാൻ തുടങ്ങി. ഡോക്ടർ എല്ലാം ശ്രദ്ധയോടെ തന്നെ കേട്ടിരുന്നു. എല്ലാം കേട്ടതിനശേഷം ഡോക്ടർ എന്നോട് പറഞ്ഞു. "അക്ഷയ് ഇവിടെ സൈക്കോളജി ഡിപ്പാർട്ട്മെന്റിലെ ഡോക്ടർ എന്റെ സുഹൃത്താണ്. ജെയിംസ്. ഇഫ്യു ഡോണ്ട് മൈൻഡ് പുള്ളിക്കാരന്റെ അടുത്തൊന്ന് കൺസൾട്ട് ചെയ്യാലോ?.." ആദ്യം അത് കേട്ടപ്പോൾ എനിക്ക് എന്തോ ടെൻഷനായി.

റാഹേൽ പതുക്കെ എന്റെ അടുത്തു വന്ന് എന്റെ കൈയിൽ പിടിച്ച് പതുക്കെ പറഞ്ഞു. "അക്ഷയ് നമുക്കൊന്ന് കാണിച്ച നോക്കാം." എന്റെ മുഖത്ത് ടെൻഷൻ പ്രകടമാവാൻ തുടങ്ങിയിരുന്നു. എന്റെ ഭാവമാറ്റം കണ്ടിട്ടാവണം ഡോക്ടർ അപ്പോൾ തന്നെ പറഞ്ഞു. "ടെൻഷൻ അടിക്ക ണ്ട കാര്യമൊന്നുമില്ല. ഇങ്ങനെയുള്ള കാര്യങ്ങളൊക്കെ എന്നെക്കാളും കൂടുതൽ കൃത്യമായി പറഞ്ഞു തരാൻ പറ്റുന്നത് ജെയിംസിനായിരിക്കും. എന്തായാലും ഞാൻ ഈ കാര്യമൊക്കെ അവനോടൊന്ന് ഡിസ്ക്കസ് ചെയ്യട്ടെ."

എന്ന് പറഞ്ഞ് ഡോക്ടർ അവിടെ നിന്ന് പോയി. ഡോക്ടർ പോയ ശേഷം ഞാൻ കുറെ നേരം ബെഡിൽ കണ്ണടച്ച് കിടന്നു. ഞാൻ എന്തൊ ക്കെയോ ചിന്തിച്ച കൂട്ടുന്നുണ്ടായിരുന്നു. എന്റെ മനസ്സില്ലൂടെ നിഹാരയുടെ മുഖം പിന്നെയും മിന്നി മറയാൻ തുടങ്ങി. വീണ്ടും അവളുടെ കുറെ ഓർമ്മകൾ എന്റെ മനസ്സിലേക്ക് വന്നു കൊണ്ടേയിരുന്നു. പെട്ടെന്ന് ആരോ എന്നെ തട്ടി വിളിച്ചു. ഞാൻ കണ്ണ് തുറന്നു. ഒരു 40 വയസ്സേളം പ്രായം തോന്നിക്കുന്ന ഒരാൾ. അയാൾ ചിരിച്ചുകൊണ്ട് എന്നോട് സംസാരിക്കാൻ തുടങ്ങി. "ഹായ് ഞാൻ ജെയിംസ്. ദിവാകർ ഡോക്ടർ പറഞ്ഞിട്ടുണ്ടാവും എന്ന് കരുതുന്നു."

ഞാൻ അപ്പോൾ തന്നെ യെസ് എന്ന് പറഞ്ഞ് ബെഡിൽ ചാരിയി രുന്നു.

"നിങ്ങൾ നിഹാരയെ കാണുന്നത് എപ്പോഴാണ്? ആ ദിവസം നിങ്ങൾ ഈ മാജിക് ഡ്രിങ്ക് പോലെ എന്തെങ്കിലും കഴിച്ചിരുന്നോ?" ഡോക്ടർ ചെറുതായി ഒന്ന് ചിരിച്ച കൊണ്ട് ചോദിച്ചു. "ഇല്ല ഡോക്ടർ. അന്ന് ഒന്നും കുടിച്ചിരുന്നില്ല. അന്ന് ഞാൻ കുറച്ച് സ്ട്രെസ്സ്ഡായിരുന്നു. ഉറക്കം വരുന്നുണ്ടായിരുന്നില്ല. അതുകൊണ്ട് ഒന്ന് നടക്കാൻ ഇറങ്ങിയതായിരുന്നു." ഡോക്ടർ തുടർന്നു. "ഇതിന് മുന്നേ നിങ്ങൾ എപ്പോഴെങ്കിലും ഈ നിഹാരയുടെ മുഖം കണ്ടതായി ഓർക്കുന്നുണ്ടോ?" ഞാൻ ഇല്ല എന്ന് മറുപടി കൊടുത്തു.

അതിനു ശേഷം ഡോക്ടർ എന്നോട് അന്ന് മുതൽ നടന്ന കാര്യങ്ങളൊക്കെ വിസ്തരിച്ച പറയാൻ പറഞ്ഞു. ഞാൻ എനിക്ക് ഓർമ്മയുള്ള എല്ലാ കാര്യങ്ങളും ഡോക്ടറോട് തുറന്നു പറഞ്ഞു. ഡോക്ടർ എന്റെ കഥയെല്ലാം വളരെ ശ്രദ്ധയോടെ തന്നെ കേട്ടിരുന്നു. അതിനു ശേഷം ഡോക്ടർ സ്വാതിയെ കുറിച്ചും രാഹേലിനെ കുറിച്ചും ചോദിക്കാൻ തുടങ്ങി. ഞാൻ എല്ലാം വിശദമായി തന്നെ പറഞ്ഞു കൊടുത്തു. ഡോക്ടർ എല്ലാം കേട്ടതിനു ശേഷം വാച്ചിലേക്ക് നോക്കി. ഓ സോറി എനിക്ക് ഒരു അപ്പോയിന്റ്മെന്റുണ്ട്. അക്ഷയ് ഒന്ന് റെസ്റ്റ് എടുത്തോളൂ. നമുക്ക് നാളെ സംസാരിക്കാം എന്ന് പറഞ്ഞു.

"ഡോക്ടർ എനിക്ക് എന്തെങ്കിലും പ്രശ്നം ഉണ്ടോ?" ഡോക്ടർ ചിരിച്ച കൊണ്ട്, "നത്തിങ്ങ് ടു വറി യു ടേക്ക് റെസ്റ്റ്. നമുക്ക് നാളെ കാണാം," എന്ന് പറഞ്ഞ് അവിടെ നിന്നും പോയി. ഡോക്ടർ പുറത്തേക്ക് ഇറങ്ങിയപ്പോൾ റാഹേലും ഡോക്ടറുടെ കൂടെ പുറത്തേക്ക് പോയി. ഒരു മണിക്കൂറോളം കഴിഞ്ഞാണ് അവൾ തിരിച്ച വന്നത്.

"ഡോക്ടർ എന്താ പറഞ്ഞത്? എന്താ ലേറ്റ് ആയത്?"

"ഏയ് ഒന്നും ഇല്ല. ഡോക്ടർ കുറച്ച് റെഗുലർ ചെക്കപ്പൊക്കെ ചെയ്യേണ്ടി വരും എന്ന് പറഞ്ഞു. പിന്നെ അധികം മൈൻഡ് സ്ട്രെസ്സ്ഡ് ആവാതെ നോക്കണമെന്നും പറഞ്ഞിട്ടുണ്ട്. പിന്നെ ഞാൻ ഫുഡ് വാങ്ങാൻ കാന്റീനിലേക്ക പോയി അതാ ലേറ്റ് ആയത്." റാഹേൽ എന്തോ ഒളിപ്പിക്കുന്ന പോലെ എനിക്ക് തോന്നി.

എനിക്ക് ശരിക്കും എന്തെങ്കിലും പ്രശ്നം ഉണ്ടെന്ന് ഡോക്ടർ അവളോട് പറഞ്ഞിട്ടുണ്ടാവുമോ? അതാണോ അവൾ എന്നോട് ഒളിക്കാൻ ശ്രമിക്കുന്നത്. ഞാൻ കാട് കേറി ഓരോന്ന് ചിന്തിച്ച കൂട്ടാൻ തുടങ്ങി. ഞാൻ പറഞ്ഞ കാര്യങ്ങളൊക്കെ കേട്ടാൽ ആര് വിശ്വസിക്കാനാണ്. പ്രത്യേകിച്ച് ഒരു സൈക്യാട്രിസ്റ്റ് കേട്ടാൽ തീർച്ചയായും എനിക്ക് പ്രാന്താണെന്ന് തന്നെ പറയുള്ളു.

റാഹേൽ ചോറും കറിയും ഒരു പ്ലേറ്റിലാക്കി എനിക്ക് വാരി തരാൻ തുടങ്ങി. അവളൊരു കൊച്ച കുട്ടിക്ക് ഭക്ഷണം കൊടുക്കുന്ന പോലെയായിരുന്ന എനിക്ക് വാരിതന്നുകൊണ്ടിരുന്നത്. ഞാൻ അവളുടെ മുഖത്തേക്ക് ഇടയ്ക്കിടക്ക് നോക്കുന്നുണ്ടായിരുന്ന. അപ്പോൾ അവൾ കുട്ടികളെ ശകാരിക്കുന്ന ഭാവത്തിൽ എന്നെ നോക്കി എന്നെ നോക്കണ്ട ചോറ കഴിക്കെടാ എന്ന് പറഞ്ഞു. ഞാൻ ഒന്ന് പതിയെ ചിരിച്ച. എന്നിട്ട് അവളോട് ചോദിച്ച.

"അതേ എനിക്ക് ശരിക്കും വല്ല ഭ്രാന്തുമുണ്ടോ?"

"ഉണ്ട്, നല്ല മൂത്ത വട്ട്. മിണ്ടാതെ ചോറ് കഴിക്ക്."

പെട്ടെന്ന് റാഹേൽ "നിനക്ക് ഉറപ്പാണോ നീ നിഹാരയെ കണ്ടത് അന്ന് രാത്രി തന്നെയാണെന്ന്. അതിന് മുന്നേ അങ്ങനെ ഒരു മുഖം കണ്ടിട്ടേയില്ല എന്ന്. "

"ഇല്ലെടാ എനിക്കുറപ്പാണ്." ഞാൻ മറുപടി കൊടുത്തു.

അവൾ വീണ്ടും ചോദിക്കാൻ തുടങ്ങി. "അവൾ മരിച്ച ആക്സിഡന്റ് എവിടെ നിന്നാണ് എന്നായിരുന്ന പറഞ്ഞത്."

"തൊണ്ടയാട് ബൈപാസ്സ്."

"നമ്മുടെ ഓഫീസിൽ പോവുന്ന റൂട്ടിൽ നീ ഏതോ ഒരു ആക്സിഡന്റ് നേരിട്ട് കണ്ട എന്ന് പറഞ്ഞില്ലായിരുന്നോ. അതൊന്നും അല്ലല്ലോ ഇത്?"

അവൾ അത് പറഞ്ഞപ്പോഴാണ് ഞാൻ അന്ന് നേരിട്ട കണ്ട ആ ആക്സിഡന്റിനെ കുറിച്ച് ഓർത്തത്. പെട്ടെന്ന് എനിക്ക് രോമാഞ്ചം വന്ന പോലെ അനുഭവപ്പെടാൻ തുടങ്ങി. ഞാൻ ഒരു നിമിഷം തരിച്ച നിന്നു. യെസ് ഞാൻ ആ മുഖം മുന്നേ കണ്ടിരുന്ന. എന്റെ കണ്ണിൽ നിന്നും വെള്ളം വരാൻ തുടങ്ങി. ഇടിച്ച കിടക്കുന്ന വണ്ടിയിൽ നിന്നും ആംബുലൻസിലേക്ക് മാറ്റുമ്പോൾ ചോരയിൽ കുളിച്ച അവളുടെ മുഖം ഞാൻ അന്ന് കണ്ടിരുന്ന. എന്റെ ശരീരം മൊത്തം ഒരു നിമിഷത്തേക്ക് തണുത്ത് മരവിച്ചത് പോലെയായി. ഇതെല്ലാം കണ്ട് റാഹേലിന് ടെൻഷനായി.

"അക്ഷയ്.. എന്ത് പറ്റിയെടാ.."

ഞാൻ പതിയെ ഇടറുന്ന ശബ്ദത്തിൽ അവളോട് പറഞ്ഞു. "ഞാൻ അവളെ മുന്നേ കണ്ടിട്ടുണ്ട്. ആ ആക്സിഡന്റ് തന്നെയായിരുന്ന ഞാൻ നേരിൽ കണ്ടത്. അന്ന് ആംബുലൻസിൽ ചോരയിൽ കുളിച്ച ആ മുഖം അവളുടേതായിരുന്ന."

     ബിയോണ്ട് ദി മെമ്മറീസ്

ഇതെല്ലാം കേട്ടപ്പോഴെക്കും റാഹേലിന്റ് മുഖത്ത് ഭയം പടരുന്നത് ഞാൻ ശ്രദ്ധിച്ചു.

ഭക്ഷണം കഴിച്ച ശേഷം അവൾ ഫോൺ വിളിച്ച് ദിയയോടും ജിതിനോടും ഇങ്ങോട്ട വരാൻ പറഞ്ഞു. അവർ രണ്ട പേരും ഒരു 5: 30 ആവുമ്പോഴേക്കും ഇവിടെ എത്തി. ഞാൻ പറഞ്ഞ എല്ലാ കാര്യങ്ങളും റാഹേൽ ദിയയോടും ജിതിനോടും പറഞ്ഞു. എല്ലാവരും ഷോക്ക് അടിച്ച പോലെയായിരുന്നു. ജിതിൻ ഓരോന്ന് ചോദിക്കാൻ തുടങ്ങി. മുഖം ഓകെ. പക്ഷെ നിന്റെ മനസ്സിലേക്ക് കടന്ന വരുന്ന ഓർമ്മകളോ?... എനിക്ക് അതിന് ഒരു ഉത്തരമില്ലായിരുന്നു.

ദിയ അപ്പോൾ തന്നെ, "നീ അപ്പോൾ എന്താ പറഞ്ഞു വരുന്നത്. നീ അന്ന് രാത്രി കണ്ടത് അവളുടെ പ്രേതത്തെ ആണ് എന്നാണോ?"

ജിതിൻ അപ്പോൾ തന്നെ ദിയയെ നോക്കി കൊണ്ട്, "നീ ഒന്ന മിണ്ടാതെ ഇരുന്നേ."

ജിതിൻ തുടർന്നു "അല്ല അക്ഷയ്, രാഹലിനെക്കുറിച്ച് വല്ല പുതിയ ഇൻഫർമേഷനും ഉണ്ടോ? അവനെ അന്വേഷിച്ച് ആരും ഇത് വരെ വന്നത് കൂടി ഇല്ലല്ലോ."

"ഇല്ല. അവനെ അങ്ങനെ അന്വേഷിച്ച വരാൻ അവന് വേണ്ടപ്പെട്ട ആരും എന്റെ അറിവിൽ ഇല്ല."

"ചുരുങ്ങിയത് അവന്റെ കൂടെ ജോലി ചെയ്യുന്നവർ എങ്കിലും അന്വേ ഷിച്ച വരേണ്ടതല്ലേ?" ജിതിൻ ചോദിച്ചു.

ജിതിൻ ചോദിച്ചത് വളരെ ശരിയായ ഒരു കാര്യം തന്നെയായിരുന്നു. എനിക്ക് എല്ലാം കൂടി ഭ്രാന്ത് പിടിക്കുന്ന അവസ്ഥയിലെത്തിയിരുന്നു. ഞാൻ റാഹേലിനോട്, "എനിക്ക് ജെയിംസ് ഡോക്ടറെ ഒന്നൂടെ കാണണം," എന്ന് പറഞ്ഞു. അത് അനുസരിച്ച് അവളും ദിയയും കൂടി ജെയിംസ് ഡോക്ടറിനെ വിളിക്കാനായി അവിടെ നിന്ന് പോയി. മുറിയിൽ ഞാനും ജിതിനും മാത്രമായി. ജിതിൻ എന്നോട് വീണ്ടും സംസാരിക്കാൻ തുടങ്ങി.

"ടെൻഷൻ അടിക്കണ്ട. ചിലപ്പോൾ എല്ലാം കൂടി സ്ട്രെസ് ആയിട്ട് ഓരോന്ന് തോന്നുന്നെ ആയിരിക്കും. ഒന്ന് റിലാക്സ് ആയാൽ ചിലപ്പോൾ എല്ലാം ശരിയാവും."

ഞാൻ മെല്ലെ തല കുലുക്കി.

എന്റെ മനസ് ശരിക്കും വല്ലാതെ സ്ട്രെസ്സാവാൻ തുടങ്ങിയിരുന്നു.

പണ്ടത്തെ കുറെ ഓർമ്മകളും, ചിന്തകളുമൊക്കെ എന്റെ മനസ്സിലേക്ക്

കേറി വന്നു.

ചെറുതാവുമ്പോൾ ഞാൻ കണ്ട നയന എന്ന സിനിമയെക്കുറിച്ച് ഞാൻ വീണ്ടും ഓർക്കാൻ തുടങ്ങി. മരിച്ച ആളുടെ കണ്ണ് മാറ്റി വെച്ച ശേഷം മരിച്ചവരെ കാണാൻ പറ്റിയ നയന എന്ന കുട്ടിയുടെ കഥ.

എന്റെ കണ്ണ് മാറ്റി വെച്ച ആ സമയം ഞാനും മരിച്ചവരെ കാണുമോ എന്ന് ഓർത്ത് ഒരുപാട് പേടിച്ചിരുന്നു. പക്ഷെ ആ ഭയം എപ്പോഴോ പതിയെ പതിയെ മാറി ഇല്ലാതെയായിരുന്നു. പക്ഷെ ഇപ്പോൾ, ഈ നിമിഷം എന്നിലേക്ക് വീണ്ടും ആ ഭയമെല്ലാം തിരിച്ച വന്നപോലെ. ഞാൻ ശരിക്കും അന്ന് കണ്ടത് ഒരു പ്രേതത്തെ ആയിരുന്നോ... ഞാൻ ജിതിനോട് എന്റെ ഭയത്തെയും, പണ്ട് കണ്ട സിനിമയെയും, പിന്നെ കണ്ണ് മാറ്റി വെച്ച കാര്യവുമൊക്കെ പറഞ്ഞു. ഇതെല്ലാം കേട്ട് കഴിഞ്ഞ പ്പോൾ ജിതിന്റെ മുഖത്ത് ഒരു ഭയം വന്ന പോലെ എനിക്ക് തോന്നി.

"എന്ത് പറ്റി, പേടി ആയോ?" ഞാൻ അവനോട് ചോദിച്ചു.

അവനൊന്ന് പരുങ്ങി കൊണ്ട്, "ഏയ് ഇല്ല," എന്ന് പറഞ്ഞു.

അവൻ കഷ്ടപ്പെട്ട് ഭയം പ്രകടിപ്പിക്കാതെ ഇരിക്കാൻ നോക്കുന്ന പോലെ എനിക്ക് തോന്നി. അവനെ പറഞ്ഞിട്ടും കാര്യമില്ല. ആരായാലും ഇങ്ങനെയൊക്കെ കേട്ടാൽ ചെറുതായെങ്കിലും ഭയന്നു പോവും.

ഞാൻ വീണ്ടും എന്തൊക്കെയോ ചിന്തിച്ച് കൂട്ടാൻ തുടങ്ങി. എന്റെ ചിന്തകളെല്ലാം അതിരു കടക്കുന്നുണ്ടോ എന്ന് എനിക്ക് തന്നെ തോന്നാൻ തുടങ്ങി. എനിക്ക് ശരിക്കും മരിച്ചവരെ കാണാൻ പറ്റമോ എന്നായി പിന്നെ എന്റെ ചിന്ത. അന്ന് രാത്രി എന്റെ വീട്ടിൽ വന്നത് ശരിക്കും രാഹേൽ തന്നെ ആയിരുന്നോ? അതോ അതും ഇതുപോലെ എന്തെങ്കിലും ആയിരിക്കുമോ? എന്നിൽ ഭയത്തിന്റെ വിത്തുകൾ മുള പൊട്ടിത്തുടങ്ങിയിരുന്നു.

അപ്പോഴേക്കും ദിയയും റാഹേലും ദിവാകർ ഡോക്ടറും വന്നു.

ഡോക്ടർ - "ആർ യു ഓക്കേ അക്ഷയ്? ജെയിംസ് ഡോക്ടർ ഇനി നാളെയെ ഉണ്ടാവുള്ള." എന്റെ മുഖം വിളറിയിരുന്നു. ഡോക്ടർ പ്രഷർ ഒന്ന് നോക്കി. എന്നിട്ട് റിലാക്സ് ആവാൻ പറഞ്ഞു. അതിനശേഷം ഒരു നഴ്സ് വന്ന് കുറച്ച് മരുന്ന് കുടിക്കാൻ തന്നു. എന്നിട്ട് ഒരു ഇൻജെക്ഷൻ വെച്ചു. നാളെ രാവിലെ കുറച്ച ടെസ്റ്റൊക്കെ ചെയ്യാൻ ഉണ്ടാവുമെന്ന് പറഞ്ഞ് അവിടുന്ന് പോയി. ഇൻജെക്ഷൻ വെച്ച ശേഷമാണ് എന്റെ മനസൊന്ന് ശാന്തമായത്. ഞാൻ പതിയെ റിലാക്സ് ആവാൻ തുടങ്ങി. ഞാൻ കണ്ണടച്ച് കിടന്നു. പെട്ടെന്ന് ആരോ ഒരാൾ എന്റെ ചെവിയിൽ പറഞ്ഞു. "Akshay,You can see dead people!!"

===================================

  ബിയോണ്ട് ദി മെമ്മറീസ്

ഫ്ലാഷ് ബാക്ക്

ഇന്ന് രാവിലെ എഴുന്നേറ്റപ്പോൾ മുതൽ ഒരുപാട് ടെസ്റ്റുകളായിരുന്നു. CT സ്കാൻ, MRI അങ്ങനെ കുറെ സമയം പോയി. അതിന്റെയൊക്കെ റിപ്പോർട്ടുമായി ഞാൻ ഇപ്പോഴുള്ളത് ജെയിംസ് ഡോക്ടറുടെ മുറിയിലാണ്. എന്റെ കൂടെ റാഹേലും ഉണ്ട്. ദിയയും ജിതിനും ഡോക്ടറുടെ മുറിയുടെ പുറത്തുണ്ട്. ഞാൻ ഇന്ന് രാവിലെ മുതൽ വളരെ സൈലന്റായിരുന്നു. എന്റെ തലയിൽ മൊത്തം ഇന്നലെ രാത്രി കേട്ട ആ വാക്കുകൾ ആണ്. "Akshay, you can see dead people" ഒരു 10 മിനിറ്റ് കഴിഞ്ഞപ്പോൾ ഡോക്ടർ മുറിയിലേക്ക് വന്നു.

"അക്ഷയ്, ഏതോ ആക്സിഡന്റിൽ നിഹാരയുട മുഖം മുന്നേ കണ്ടിരുന്നു എന്നൊക്കെ റാഹേൽ പറഞ്ഞു."

"യെസ് ഡോക്ടർ, ഞാൻ പിന്നെയാണ് ഓർത്തത്. ഓഫീസിൽ നിന്ന് വരുന്ന വഴി ഒരു ആക്സിഡന്റ് കണ്ടിരുന്നു. അന്ന് കാറിൽ നിന്ന് ചോരയിൽ കുളിച്ച ഒരാളെ ആംബുലൻസിലേക്ക് കൊണ്ടുപോവുന്നത് ഞാൻ കണ്ടിരുന്നു."

"അത് നിഹാര തന്നെയാണെന്ന് ഉറപ്പാണോ?"

ഞാൻ ഒന്നൂടെ ഓർത്തെടുത്തു. "അത് അവൾ തന്നെയായിരുന്നു."

"ഡോക്ടർ, ഇന്നലെ രാത്രി ഉറങ്ങുന്നതിന് മുന്നേ ആരോ ഒരാൾ എന്നോട് ഒരു കാര്യം പറയുന്ന പോലെ ഞാൻ കേട്ടു." ഡോക്ടർ ആകാംഷയോടെ എന്നോട് ചോദിച്ചു

"എന്താണ് കേട്ടത്?"

"Akshay, you can see dead people, എന്ന്."

ഡോക്ടർ ഒന്ന് ചിന്തിച്ചുകൊണ്ട് ചോദിച്ചു. "അക്ഷയ്ക്ക് എന്ത് തോന്നുന്നു? അങ്ങനെ മരിച്ചവരെ കാണാൻ പറ്റും എന്നാണോ?"

ഞാൻ അപ്പോൾ തന്നെ ചെറുതായിരുന്നപ്പോൾ ഉണ്ടായ കാര്യങ്ങളും കണ്ണ് മാറ്റി വെച്ചതുമൊക്കെ ഡോക്ടറോട് പറഞ്ഞു. ഡോക്ടർ എല്ലാം കേട്ടതിനു ശേഷം പിന്നെ രാഹുലിനെ കുറിച്ച് ചോദിക്കാൻ തുടങ്ങി.

"രാഹുലിനെ എന്നാണ് ആദ്യം പരിചയപ്പെട്ടത്?"

" എന്റെ നാട്ടിലെ വീടിന്റെ പിന്നിൽ ഒരു പുഴ ഉണ്ടായിരുന്നു. ഒരിക്കൽ ആ പുഴയുടെ തീരത്ത് ഞാൻ ഒറ്റയ്ക്ക് ഇരിക്കുമ്പോൾ പെട്ടെന്ന് ഒരാൾ എന്റെ അടുത്തു വന്നിരുന്ന് സംസാരിക്കാൻ തുടങ്ങി. അങ്ങനെയാണ് ഞാനും അവനും ആദ്യമായി പരിചയപ്പെട്ടത്."

"അവന്റെ വീട് എവിടെയായിരുന്നു?"

"ആ പുഴയുടെ അപ്പറത്ത്,

"അവന്റെ വീട്ടിൽ പോയിട്ടുണ്ടോ?"

"ഇല്ല. എന്റെ അച്ഛമ്മ എന്നെ എങ്ങും പോവാൻ സമ്മതിക്കില്ലാ യിരുന്നു."

"അച്ഛമ്മ രാഹുലിനെ കണ്ടിട്ടുണ്ടോ?"

" ഇല്ല. ഞാൻ ഒരു വട്ടം രാഹുലിനെ കുറിച്ച് അച്ഛമ്മയോട് പറഞ്ഞി രുന്നു. പക്ഷെ പരിചയമില്ലാത്തവരുമായി കൂട്ട് കൂട്ടുന്നത് അച്ഛമ്മക്ക് ഇഷ്ടമല്ലായിരുന്നു. അച്ഛമ്മക്ക് അന്ന് എല്ലാം പേടിയായിരുന്നു. അച്ഛനും അമ്മയും ആക്സിഡന്റിൽ മരിച്ച ശേഷം അച്ഛമ്മ കുറച്ച കാലം അങ്ങനെ ആയിരുന്നു. അതുകൊണ്ട് ഞാൻ രാഹുലിനെ കുറിച്ചൊന്നും പിന്നെ അച്ഛമ്മയോട് പറഞ്ഞിരുന്നില്ല."

"അന്ന് വീട്ടിൽ വരുന്നതിന് മുന്നെ രാഹുലിനെ അവസാനമായി കണ്ടത് എപ്പോഴാണെന്ന് ഓർക്കുന്നുണ്ടോ?"

"കോളേജിൽ ജോയിൻ ചെയ്യാൻ ആയപ്പോഴേക്കും ഞങ്ങൾ നാട്ടിലെ സ്ഥലവും വീടുമൊക്കെ വിറ്റ് ഇങ്ങോട്ട പോന്നു. പോവുന്നതിന്റെ തലേ ദിവസമാണ് ഞാൻ അവനെ അവസാനമായി കണ്ടത്. അന്ന് ഞാൻ പോവാണെന്ന് പറഞ്ഞപ്പോൾ നമ്മൾ വീണ്ടും കാണുമെന്ന് അവൻ പറഞ്ഞു. അതിനുശേഷം പിന്നെ എന്റെ ബർത്ഡേ സെലിബ്രേഷന്റെ അന്നാണ് അവനെ കാണുന്നത്."

"ഇത്രയും അടുത്ത സുഹൃത്തായിട്ടും പിന്നെ എന്തേ അവനെ ഒന്ന് കാണാൻ കൂടി പോവാഞ്ഞത്?" ഡോക്ടർ ചോദിച്ചുകൊണ്ടേയിരുന്നു.

ബിയോണ്ട് ദി മെമ്മറീസ്

"പിന്നെ നാട്ടിലേക്കൊന്നും പോവണ്ടി വന്നില്ല. ഇവിടെ അങ്ങ് സെറ്റായി. ആദ്യമൊക്കെ ഒരു മിസ്സിങ് ഉണ്ടായിരുന്നു. പിന്നെ തിരക്കുക ളൊക്കെയായി ഇവിട്ടത്തെ ജീവിതവുമായി പൊരുത്തപ്പെടാൻ തുടങ്ങി."

"അക്ഷയ്, കുറച്ച ദിവസം ഇവിട്ടത്തെ വാർഡിൽ നിൽക്കുന്നതിന് ബുദ്ധിമുട്ടുണ്ടോ? ജസ്റ്റ് ഒന്ന് ഒബ്സേർവ് ചെയ്യാനാണ്. നത്തിങ് ട്ട വറി."

എനിക്ക് ചെറുതായി ടെൻഷൻ ആവ്വുന്നുണ്ടായിരുന്നു. ഒന്നും ഇല്ല. എല്ലാം ഒന്ന് നീരിക്ഷിക്കാനാണ്. ഡോക്ടർ എന്നോട് നിഹാരയെ കുറിച്ചും മനസിൽ വരുന്ന ഓരോ കാര്യങ്ങളെ കുറിച്ചും ഒരുപാട് ചേദിച്ച. പിന്നീട്ടുള്ള ചോദ്യങ്ങൾ സ്വാതിയെക്കുറിച്ചായിരുന്നു. ഞാൻ സ്വാതി യെക്കുറിച്ചുള്ള എല്ലാ കാര്യങ്ങളും ഡോക്ടറോട് പറഞ്ഞു. അതെല്ലാം പറഞ്ഞു കഴിഞ്ഞപ്പോൾ മനസ് മൊത്തം സ്വാതിയുടെ ഓർമ്മകൾ കൊണ്ട് നിറഞ്ഞു.

സ്വാതിയെ ഞാൻ ആദ്യമായി കണ്ടത് കോളേജിൽ വെച്ചാണ്. അന്നൊന്നും എന്റെ മനസിൽ പ്രണയം എന്ന സങ്കൽപ്പം കൂടി ഉണ്ടായി രുന്നില്ല. ഞാൻ പുതിയ ജീവിതം ആസ്വദിച്ച വരികയായിരുന്നു. വീട്ടിലെ ഒരു മുറിയിലിരുന്ന് പേടിച്ച വന്ന എനിക്ക് കോളേജിലെ അന്തരീക്ഷം തീർത്തും വ്യത്യസ്തമായിരുന്നു. ആദ്യമൊക്കെ പേടിയും ടെൻഷനുമൊ ക്കെ ഉണ്ടായിരുന്നു. കുറെ ആളുകളുള്ള ക്ലാസ് മുറിയിൽ ഇരിക്കുമ്പോൾ ഞാൻ വല്ലാതെ നെർവസ് ആവ്വുന്നത് പതിവായിരുന്നു. പതിയെ പതിയെ റാഹേലിന്റെ കൂടെ കൂടിയ ശേഷം അതൊക്കെ മാറി ഞാൻ കോളേജുമായി ഇണങ്ങി ചേർന്നു. അപ്പോഴായിരുന്നു ഫസ്റ്റ് ഇയറിൽ സ്വാതി ജോയിൻ ചെയ്യുന്നത്. അവളെ കാണാൻ വല്ലാത്തൊരു സൗന്ദ ര്യമായിരുന്നു. ആദ്യമൊന്നും ഞാൻ അവളെ അങ്ങനെ ശ്രദ്ധിച്ചിരുന്നില്ല. പക്ഷെ റാഹേൽ ഓരോന്ന് പറഞ്ഞു പറഞ്ഞ് എപ്പോഴോ എന്റെയ്യ ള്ളിൽ അവളോട് പ്രേമം പൊട്ടി മുളച്ചിരുന്നു.

അന്നൊക്കെ എനിക്ക് സ്വാതിയെ കാണമ്പോൾ തന്നെ ഒരു പേടി ആയിരുന്നു. ഞാൻ അവളുമായി സംസാരിച്ചിരുന്നില്ല. പക്ഷെ എന്റെയ്യ ള്ളിൽ അവളുടെ മുഖം ആഴത്തിൽ പതിഞ്ഞിരുന്നു. പിന്നെ അങ്ങോട്ട് എന്റെ എല്ലാ സ്വപ്നങ്ങളിലും ആഗ്രഹങ്ങളിലും അവൾ നിറഞ്ഞ് നിന്നു. ഞാൻ വെറുതെ അവളുമായുള്ള ജീവിതം സങ്കൽപ്പിച്ച തുടങ്ങിയിരുന്നു.

കോളേജെല്ലാം കഴിഞ്ഞ് ഞാൻ ബാംഗ്ലൂരിൽ ജോലി ചെയ്യുന്ന സമയത്താണ് എനിക്ക് ഫേസ്ബുക്കിൽ സ്വാതിയുടെ ഫ്രണ്ട് റിക്വസ്റ്റ് വരുന്നത്. താഴിട്ട് പൂട്ടിയ പ്രണയം വീണ്ടും പുറത്ത് വരുന്നത് ഞാൻ അറി യുന്നുണ്ടായിരുന്നു. പതിയെ ഞാൻ അവളുമായി ചാറ്റ് ചെയ്യാൻ തുടങ്ങി. അങ്ങനെയിരിക്കെ ഒരു ദിവസം ഞാനത് അവളോട് പറഞ്ഞു. കുറച്ച്

സമയത്തേക്ക് അവളുടെ മറുപടി ഒന്നും വന്നില്ല. കുറച്ച കഴിഞ്ഞാണ് അവൾ മറുപടി തന്നത്.

ഐ ആം റിയലി സോറി. ഞാൻ ഇപ്പോൾ അങ്ങനെയൊരു അവസ്ഥ യിലല്ല. ഒരു ബ്രേക്കപ്പൊക്കെ കഴിഞ്ഞ ഹാങ്ങോവറിലാണ്. വീണ്ടുമൊരു പ്രണയത്തെ കുറിച്ച് ഞാൻ ചിന്തിച്ചിട്ടേയില്ല. എന്റെ സംസാരത്തിൽ നിന്നോ പെരുമാറ്റത്തിൽ നിന്നോ തനിക്ക് എന്തെങ്കിലും തെറ്റായ ഇന്റൻഷൻ തോന്നിയെങ്കിൽ ക്ഷമിക്കണം.

അന്നത്തെ മെസേജ് എന്നെ വേദനിപ്പിച്ചിരുന്നു. ഞാൻ അപ്പോൾ തന്നെ അവൾക്ക് മറുപടി കൊടുത്തു. ഇത് അങ്ങനെ പെട്ടെന്ന് തോന്നിയത് ഒന്നുമല്ല. കോളേജിൽ വെച്ച് കണ്ടപ്പോൾ മുതൽ എനിക്ക് ഇഷ്ടമായിരുന്നു. പറയാൻ ധൈര്യം ഉണ്ടായിരുന്നില്ല. അവൾ വീണ്ടും സോറി പറഞ്ഞ് ഇനി ആ രീതിയിലൊന്നും ചിന്തിക്കണ്ട എന്ന് പറഞ്ഞു. അവളുടെ ആ മറുപടി എന്നെ ഒരുപാട് വേദനിപ്പിച്ചു.

അന്ന് രാത്രി ഞാൻ കുറെ മദ്യപിച്ചു. ബോധമില്ലാതെ എന്തൊക്കെയോ മെസേജ് അവൾക്ക് അയച്ചു. രാവിലെ നോക്കിയപ്പോൾ എന്റെ അക്കൗണ്ട് അവൾ ബ്ലോക്ക് ആക്കിയിരുന്നു. അയച്ച മെസേജുകൾ ഞാൻ ഇന്നലെ തന്നെ ക്ലിയർ ചെയ്തിരുന്നു. അതുകൊണ്ട് എന്തൊക്കെ യായിരുന്നു അവൾക്ക് അയച്ചതെന്ന് എനിക്ക് ഓർമ്മയില്ലായിരുന്നു.

പിന്നെ അങ്ങോട്ട് ഞാനൊരു നിരാശ കാമുകനായി മാറുകയായിരു ന്നു. ഞാൻ ദിവസവും മദ്യപിക്കാനും പുക വലിക്കാനും തുടങ്ങി. ഓഫീസ് വർക്കിലും ശ്രദ്ധ കുറഞ്ഞു. അപ്പോഴുണ്ടായിരുന്ന പ്രൊജക്ക് മാനേജരും ഞാനും അത്ര നല്ല ചേർച്ചയിൽ അല്ലായിരുന്നു. അതുകൊണ്ട് ഓഫീസിൽ എത്തിയാൽ ഞാനും മാനേജരും ഓരോന്ന് പറഞ്ഞ് വാക്ക് തർക്കമുണ്ടാകുന്നത് സ്ഥിരമായിരുന്നു. അപ്പോഴാണ് അച്ഛമ്മക്ക് തീരെ വയ്യാതെ ആയത്. പിന്നെ ഒന്നും നോക്കിയില്ല ഇവിട്ടത്തെ ജോലി രാജി വെച്ചു. റാഹേൽ എന്നെ അവൾ ജോലി ചെയ്യുന്ന കമ്പനിയിലേക്ക് റഫർ ചെയ്തു. അങ്ങനെ ഞാൻ ഇവിടെ ക്രീയേറ്റീവ് സൊല്യൂഷൻസിൽ ജോയിൻ ചെയ്തു.

സ്വാതിയുടെ കാര്യം ഞാൻ റാഹേലിനോട് പറഞ്ഞിരുന്നില്ല. അവൾ എന്നെ റിജെക്ക് ചെയ്തതും ബ്ലോക്കാക്കിയതുമൊക്കെ റാഹേലിനോട് പറയാൻ എന്റെ മനസ് അനുവദിച്ചിരുന്നില്ല. അവിടെ ജോയിൻ ചെയ്ത് ഒരു മാസം കഴിഞ്ഞപ്പോഴേക്കും അച്ഛമ്മ മരിച്ചു. അതും എനിക്ക് വല്ലാത്ത ഷോക്കായിരുന്നു. ഞാൻ വീണ്ടും ഒറ്റപ്പെട്ട പോലെയായി. അതിനശേഷം ഞാൻ രണ്ട് ആഴ്ചയോളം ലീവ് എടുത്ത് വീട്ടിൽ ഒറ്റക്ക് നിന്നു. പുറത്തേക്ക് ഇറങ്ങാതെ മുറിക്ക് അകത്തുതന്നെ ഇരിക്കുന്നത്

 ബിയോണ്ട് ദി മെമ്മറീസ്

ഒരു പതിവായി.

റാഹേൽ എന്നെ പുറത്തൊക്കെ കൊണ്ടുപോവാൻ ശ്രമിച്ചെങ്കി ലും ഞാൻ ഒന്നിനും തയ്യാറായിരുന്നില്ല. ചില ദിവസങ്ങളിൽ ഞാൻ ഭക്ഷണം കഴിക്കില്ല. കുറെ ഇരിക്കും, പിന്നെ കിടക്കും. അങ്ങനെ അങ്ങനെ ദിവസങ്ങൾ തള്ളി നീക്കി. അങ്ങനെ ഇരിക്കെ ഒരു ദിവസം ഫേസ്ബുക്കിൽ വീണ്ടും സ്വാതിയുടെ ഫ്രണ്ട് റിക്വസ്റ്റ് വന്നു. പക്ഷെ ഞാൻ മുന്നെ മെസേജ് അയച്ചിരുന്ന അക്കൗണ്ട് ആയിരുന്നില്ല. മറ്റൊരു അക്കൗണ്ടായിരുന്നു അത്. പെട്ടെന്ന് അവളുടെ ഫ്രണ്ട് റിക്വസ്റ്റ് കണ്ടപ്പോൾ എനിക്കാകെ ടെൻഷനായി. എന്താ ചെയ്യേണ്ടത് എന്ന ചിന്തയായി. കുറച്ച നേരം ചിന്തിച്ച ശേഷം ഞാൻ അത് ആക്സപ്റ്റ് ചെയ്തു.

അവൾ അപ്പോൾ ഓൺലൈനിൽ ഉണ്ടായിരുന്നില്ല. മെസേജ് എന്തെങ്കിലും അയക്കണോ എന്ന് ആലോചിച്ച് പിന്നെ വേണ്ടാന്ന് വെച്ചു. പക്ഷെ അടുത്ത ദിവസം കുറെ കാലത്തിനു ശേഷം ഞാൻ കേൾക്കാൻ ആഗ്രഹിച്ച അവളുടെ മെസേജ് വന്നു. അവൾ എന്നെ അന്ന് ബ്ലോക്കാക്കി പോയതിന് കുറെ ക്ഷമ ചോദിച്ചു. അവൾ ബ്രേ ക്കപ്പ് കഴിഞ്ഞ ഹാങ്ങോവർ ആയതുകൊണ്ടാണ് അങ്ങനെയൊക്കെ സംഭവിച്ചതെന്ന് പറഞ്ഞു. പിന്നെ അന്ന് ഞാൻ പറഞ്ഞ കാര്യം പരി ഗണിക്കാം എന്നും പറഞ്ഞു.

ഇതു കണ്ടപ്പോൾ എനിക്ക് വല്ലാതെ സന്തോഷം തോന്നി. ഞാൻ നേരിൽ കാണാൻ പറ്റുമോ എന്ന് ചോദിച്ചു. അടുത്ത ദിവസം വൈകുന്നേരം അഞ്ച് മണിക്ക് ലാൽ ബാഗിൽ വെച്ച് കാണാമെന്ന് അവൾ മറുപടി പറഞ്ഞു. ഞാൻ ബാംഗ്ലൂരിൽ നിന്ന് കേരളത്തിലേക്ക് മാറിയത് അവൾ അറിഞ്ഞിട്ടില്ലെന്ന് തോന്നുന്നു. പക്ഷെ ഞാൻ അതൊന്നും പറഞ്ഞ് അവസരം കളയാൻ നിന്നില്ല. അപ്പോൾ തന്നെ ബാംഗ്ലൂർക്ക് ഫ്ലൈറ്റ് ബുക്ക് ചെയ്തു. അവൾ പറഞ്ഞപോലെ കൃത്യം 5 മണിക്ക് തന്നെ എത്തി. ഞാൻ കോളേജിനു ശേഷം അന്നായിരുന്നു അവളെ നേരിൽ കാണുന്നത്. അവൾ മുമ്പത്തെക്കാളും സുന്ദരിയായ ഇരിപോലെ തോന്നി. ഞാൻ ഒരുപാട് നേരം അവളെ തന്നെ നോക്കി നിന്നു. അവൾക്ക് അത് ആശ്ചര്യമായിരുന്നു. അവൾ അതൊക്കെ ആസ്വദിക്കുന്നുണ്ടെന്ന് എനിക്ക് തോന്നി.

അന്ന് ഞാനും അവളും ലാൽ ബാഗില്ലൂടെ കുറെ നടന്നു. ഞാൻ കുറെ സംസാരിച്ചു. അച്ഛമ്മ മരിച്ചതും, ബാംഗ്ലൂരിൽ നിന്ന് മാറിയതു മൊക്കെ പറഞ്ഞു. ഞാൻ അവളെ കാണാനായി ഫ്ലൈറ്റ് പിടിച്ച് വന്നതാണ് എന്നൊക്കെ പറഞ്ഞപ്പോൾ അവൾക്ക് ആശ്ചര്യമായി. അവൾ കരുതിയത് ഞാൻ ബാംഗ്ലൂരിൽ തന്നെയായിരുന്നു എന്നാണ്.

ഞങ്ങൾ കുറെ നേരം ഓരോ കഥകൾ പറഞ്ഞു നടന്നു. അവിടെ ഒരു ലേസർ ഫൗണ്ടൈൻ ഷോ ഉണ്ടായിരുന്നു. അത് ആസ്വദിച്ച് ഞങ്ങൾ കുറച്ച് നേരം അവിടെ നിന്നു. നല്ല തിരക്കായിരുന്നു. ഞാൻ പതിയെ എന്റെ കൈ അവളുടെ തോളിലൂടെ ഇട്ടു. എനിക്ക് പേടിയുണ്ടായിരുന്നു അവളെന്തെങ്കിലും പറയുമോ എന്ന്. പക്ഷെ അവൾ എന്റെ അടുത്തേ ക്ക് കൂടുതൽ ചേർന്ന് നിൽക്കുകയായിരുന്നു ചെയ്തത്. എന്റെയുള്ളിൽ പറഞ്ഞറിയിക്കാൻ പറ്റാത്ത അത്ര സന്തോഷമായിരുന്നു. തിരിച്ച പോരാൻ നേരം ഞങ്ങളെ ഒരു ഫോട്ടോ എടുക്കാൻ ഞാൻ ശ്രമിച്ചെ ങ്കിലും പക്ഷെ അതിനു മാത്രം അവൾ സമ്മതിച്ചില്ല. ഇത് തത്കാലം ആരോടും പറയണ്ട എന്നും എല്ലാം സീക്രട്ടായി വെക്കാമെന്നും പറഞ്ഞു.

എനിക്ക് അവളുടെ കൂടെ ഒരു ഫോട്ടോ എടുക്കണമെന്ന് ആഗ്രഹ മുണ്ടായിരുന്നു. പക്ഷെ ഞാൻ നിർബന്ധിക്കാൻ നിന്നില്ല. പിന്നെ ഒരു കൊല്ലത്തോളം ഞങ്ങൾ ഇങ്ങനെ നടന്നു. ഇടയ്ക്ക് കാണും. സംസാരിക്കും. അങ്ങനെ ഞങ്ങൾ അത്യാവശ്യം ആഴത്തിലുള്ള ഒരു പ്രണയത്തിലായി. എന്റെയുള്ളിൽ ഇതൊക്കെ ആരോടേലും പറയണമെന്ന് അതിയായ ആഗ്രഹമുണ്ടായിരുന്നു. അങ്ങനെയാണ് ഞാൻ എല്ലാം റാഹേലിനോട് പറഞ്ഞത്. പക്ഷെ അതിനുശേഷം ആ പ്രണയത്തിന് അധികം ആയുസ്സുണ്ടായിരുന്നില്ല. പെട്ടെന്നാണ് ഒരു ദിവസം കോളേജ് അലുമിനി ഗ്രൂപ്പിൽ സ്വാതിയുടെ എൻഗേജ്മെന്റിന്റെ സേവ് ദി ഡേറ്റ് വീഡിയോ വന്നത്. ഞാൻ ആ ഗ്രൂപ്പിലുണ്ടായിരുന്നില്ല. റാഹേലാണ് എനിക്ക് അത് കാണിച്ച തന്നത്. അതെനിക്ക് ഒരു ഷോക്കായിരുന്നു. ഞാൻ അവളെ ഫോൺ വിളിക്കാൻ ശ്രമിച്ചെങ്കിലും ഫോൺ സ്വിച്ച് ഓഫ് ആയിരുന്നു. ഫേസ്ബുക്കിൽ മെസേജ് അയച്ചെ ങ്കിലും റിപ്ലൈ ഒന്നും വന്നില്ല. അങ്ങനെയാണ് റാഹേൽ അവളോട് സംസാരിക്കാം എന്ന് പറഞ്ഞത്. ഞാനും അവളും തമ്മിൽ പഴയ ഒരു ഫേസ്ബുക്ക് ഫ്രണ്ട്ഷിപ്പ് മാത്രമാണെന്നും അതിനപ്പുറം ഒന്നുമില്ല എന്നുമായിരുന്നു അവൾ റാഹേലിനോട് പറഞ്ഞത്. അതിനു ശേഷം ഞാൻ മൊത്തമായി ഡിപ്രെഷനിലേക്ക് പോയി. ഫേസ്ബുക്ക് അക്കൗ ണ്ടൊക്കെ ഡിലീറ്റാക്കി. വീണ്ടും മദ്യപിക്കാൻ തുടങ്ങി. റാഹേൽ എന്നെ കുറെ ഉപദേശിച്ചെങ്കിലും കുറച്ച സമയം എടുത്തു ആ സ്റ്റേജിൽ നിന്ന് പുറത്തു വരാൻ.

ഡോക്ടർ ഇതെല്ലാം എന്നോട് ചോദിച്ച പോയിട്ട് ഏകദേശം ഒരു മണിക്കൂറോളം ആയെങ്കിലും ഞാൻ ഇപ്പോഴും ഇതെല്ലാം ആലോചിച്ച് ബെഡിൽ കിടക്കുകയായിരുന്നു. ഞാൻ കാട്ട കയറി ചിന്തിക്കാൻ തുടങ്ങി. അന്ന് റാഹേലിനോട് ഇതെല്ലാം ഇറന്ന പറഞ്ഞതിന്

 ബിയോണ്ട് ദി മെമ്മറീസ്

ശേഷമാണ് സംഭവങ്ങൾ മാറിമറയുന്നത്. അതേപ്പോലെ അവളുടെ കല്യാണം ഉറപ്പിച്ചതും ഞാനുമായി അവൾക്ക് ഒരു ഫേസ്ബുക്ക് ഫ്രണ്ട്ഷിപ്പ് മാത്രമേ ഉള്ളൂ എന്ന് പറഞ്ഞതുമൊക്കെ റാഹേൽ തന്നെയാണ്. ഇനി റാഹേൽ എന്തെങ്കിലും...

അക്ഷയ്...ഞാൻ പെട്ടെന്ന് ചിന്തകളിൽ നിന്ന് പുറത്തു വന്നു. റാഹേലും ദിയയും ജിതിനും മുറിയിലേക്ക് വന്നു. ഡോക്ടർ എന്ത് പറഞ്ഞു? ഞാൻ റാഹേലിനോട് ചോദിച്ചു. റാഹേലിന്റെ മുഖം വിളറിയിരുന്നു. അവൾ എന്നെ തലോടി കൊണ്ട് ഏയ് ഒന്നുമില്ല. കുറച്ച ദിവസം കൂടി ഇവിടെ നിൽക്കേണ്ടി വരും, അത് കഴിഞ്ഞാൽ പോവാം എന്ന് പറഞ്ഞു. അവളുടെ സ്വരത്തിൽ ഒരു മാറ്റമുണ്ടായിരുന്നു. ദിയയുടെയും ജിതിന്റെയും മുഖത്തും വിളർച്ചയുണ്ടായിരുന്നു. എനിക്ക് ടെൻഷനായി. എല്ലാർക്കും എന്താ പറ്റിയത്? അവർ മൂന്ന് പേരും നിശബ്ദരായി. അപ്പോഴേക്കും ഒരു നഴ്സ് വന്ന് ഇൻജെക്ഷൻ വെച്ച. ഞാൻ വീണ്ടും ഉറക്കത്തിലേക്ക് വഴുതി വീണു.

കണ്ണ് പൂർണ്ണമായി അടയുന്നതിന് മുന്നെ റാഹേൽ കരയുന്നതാണ് ഞാൻ കണ്ടത്. ജിതിനും ദിയയും അവളെ ആശ്വസിപ്പിക്കുന്നുണ്ടായിരുന്നു.

==

മൈൻഡ് ഗെയിംസ്

അക്ഷയുമായി സംസാരിച്ച ശേഷം ഡോക്ടർ എന്നോട് ഡോക്ടറുടെ മുറിയിലേക്ക് വരാൻ പറഞ്ഞിരുന്നു.

അതനുസരിച്ച് ഞാനും ദിയയും ജിതിനും കൂടി ഡോക്ടറുടെ മുറിയിലേക്ക പോയി.

ഞങ്ങൾ ഡോക്ടറുടെ മുറിയിൽ എത്തുമ്പോൾ ഡോക്ടർ ഒന്ന് കൺഫ്യൂ ഷനായ മട്ടിൽ ഇരിക്കുകയായിരുന്നു. ഞങ്ങളെ കണ്ട ഉടനെ ഡോക്ടർ ഇരിക്കാൻ പറഞ്ഞു. ഡോക്ടർ പെട്ടെന്ന് എന്നോട് ചോദിച്ചു. "റാഹേൽ ഈ രാഹുലിനെ എപ്പോഴെങ്കിലും കണ്ടിട്ടുണ്ടോ?"

"നേരിട്ട് കണ്ടിട്ടില്ല. പക്ഷെ അക്ഷയ് വരച്ച ചിത്രത്തിൽ കണ്ടിട്ടുണ്ട്." ഞാൻ മറുപടി കൊടുത്തു.

രാഹുലിനെ നേരിട്ട് പരിചയമുള്ള ആരെയെങ്കിലും റാഹേലിന് അറിയുമോ? ഞാൻ ഒന്ന് ആലോചിച്ച ശേഷം ഇല്ല എന്ന് പറഞ്ഞു. രാഹുലിന്റെ വരച്ച ചിത്രം അല്ലാതെ വല്ല ഫോട്ടോയും റാഹേൽ കണ്ടതായി ഓർക്കുന്നുണ്ടോ?

ഇല്ല. ഡോക്ടർ, അവൻ വരച്ച രാഹുലിന്റെ ചിത്രം മാത്രമേ ഞാൻ കണ്ടിട്ടുള്ളൂ. ഡോക്ടർ ഇതൊക്കെ ചോദിച്ചപ്പോഴാണ് ഞാനും ഇതിനെ കുറിച്ച് കാര്യമായി ചിന്തിക്കാൻ തുടങ്ങിയത്. ശരിയാണ് രാഹുലിനെ നേരിട്ട് കണ്ട ഒരാൾ കൂടി ഇല്ലല്ലോ. ഡോക്ടർ എണീറ്റ് തലങ്ങും വിലങ്ങും നടക്കാൻ തുടങ്ങി.

"റാഹേലിന് അക്ഷയിനെ എത്ര കൊല്ലമായി അറിയാം?"

"കോളേജിൽ പഠിക്കുമ്പോ മുതൽ."

"റാഹേലിന് അക്ഷയിന്റെ മറ്റ സുഹൃത്തുക്കളെ പരിചയമുണ്ടായിരു ന്നോ?"

"അങ്ങനെ അവന് അധികം സുഹൃത്തുക്കൾ ആരും ഇല്ല. എന്റെ സുഹൃത്തുക്കൾ തന്നെയാണ് അവന്റെയും സുഹൃത്തുക്കൾ. എന്ത് പറ്റി ഡോക്ടർ, അവന് എന്തെങ്കിലും പ്രശ്നം?"

ഡോക്ടർ ഒരു ദീർഘശ്വാസം വിട്ട കൊണ്ട് തുടർന്നു.

"എന്റെ ഇപ്പോഴത്തെ നിഗമനം വെച്ച് അക്ഷയ് പറഞ്ഞു കൊണ്ടി രിക്കുന്ന ഈ റാഹേൽ അവന്റ ഒരു തോന്നൽ മാത്രമാണ് എന്നാണ്. അവൻ മനസ്സുകൊണ്ട് സൃഷ്ടിച്ച ഒരു സാങ്കൽപിക സുഹൃത്ത്."

"സാങ്കൽപിക സുഹൃത്തോ!?"

"യെസ്, അവനിൽ കാണപ്പെടുന്നത് സ്കിസോഫ്രീനിയുടെ ലക്ഷണ ങ്ങളാണോ എന്ന് ഞാൻ സംശയിക്കുന്നു."

"സ്കിസോഫ്രീനിയ? അത് എന്താ ഡോക്ടർ?" ജിതിൻ ഇടയിൽ കയറി ചോദിച്ചു.

"അത് ഒരു വ്യക്തിയുടെ മനസിനെയും വിചാരങ്ങളെയും ബാധിക്ക ന്ന ഒരു രോഗാവസ്ഥയാണ്. ഇങ്ങനെയുള്ള രോഗികൾക്ക് മറ്റള്ളവർ കാണാത്ത കാര്യങ്ങൾ കാണുന്നതായും ശബ്ദങ്ങൾ കേൾക്കുന്നതായും അനുഭവപ്പെടാറുണ്ട്. പലപ്പോഴും ഇവർക്ക് യാഥാർഥ്യങ്ങളും സാങ്കൽ പികവും തിരിച്ചറിയാൻ പറ്റാറില്ല. ഇവരുടെ മനസ് സൃഷ്ടിക്കുന്ന ലോകത്തെ യഥാർത്ഥ ലോകത്തിൽ നിന്ന് വേർതിരിക്കാൻ പറ്റാതെ അതിൽ തന്നെ അകപ്പെട്ട് പോവാറാണ് പതിവ്. അക്ഷയുടെ കേസിൽ ഞാൻ ഇതുതന്നെയാണ് കാണുന്നത്. അവന്റെ ചെറുപ്പത്തിലുണ്ടായ ട്രോമയും ഒറ്റപ്പെടലും കാരണം അവൻ, അവന് തന്നെ സംസാരിക്കാ നും, അവന്റെ പ്രശ്നങ്ങൾ പങ്കുവെക്കാനുമായി സൃഷ്ടിച്ച ഒരു സാങ്കല്പിക സുഹൃത്ത് മാത്രമാണ് ഈ റാഹേൽ. ഞാൻ ഇതെല്ലാം കേട്ട് ഒന്നും മനസിലാവാതെ ഇരിക്കുകയായിരുന്നു

ഞാൻ ഡോക്ടറോട് ചോദിച്ചു, "ഡോക്ടർ അവൻ കോളേജിൽ പഠി ക്കുമ്പോഴൊക്കെ പണ്ട് ഉണ്ടായിരുന്ന ഒരു സുഹൃത്ത് എന്ന നിലയിൽ ആണ് റാഹേലിനെ കുറിച്ച് പറയാറുള്ളത്. കോളേജിൽ ജോയിൻ ചെയ്ത ശേഷം പിന്നെ ഇപ്പോഴാണ് അവൻ റാഹേലിനെ കണ്ടത് എന്നാണ് പറഞ്ഞത്. ഇങ്ങനത്തെ ഒരു രോഗം ഒക്കെ ആണെങ്കിൽ ഇടയ്ക്കിടെ റാഹേലിനെ കണ്ടു എന്ന് പറയേണ്ടത് അല്ലേ?"

"ഞാൻ അതാണ് പറഞ്ഞു വരുന്നത്. കോളേജിൽ എത്തി കുറച്ച് സുഹൃത്തുക്കൾ ഒക്കെ ആയപ്പോൾ അവന രാഹലെന്നൊരു സാങ്കല്പിക സുഹൃത്തിന്റെ ആവശ്യം ഉണ്ടായിരുന്നില്ല. അത് കൊണ്ട് ആവണം അവൻ അതിനു ശേഷം രാഹലിനെ പിന്നെ കാണാതെ ഇരുന്നത്, ഒരു പക്ഷേ വീണ്ടും എന്തോ ഒന്ന് അവന്റെ മനസിനെ രാഹൽ എന്ന സാങ്ക ല്പിക സുഹൃത്തിനെ തിരിച്ച കൊണ്ടുവരാൻ പ്രേരിപ്പിച്ചിട്ടുണ്ടാവണം. അത് കൊണ്ടായിരിക്കണം അന്ന് രാത്രി അവൻ വീണ്ടും രാഹലിനെ കണ്ടത്."

ഡോക്ടർ പറഞ്ഞ കാര്യമൊക്കെ എനിക്ക് പൂർണമായി അങ്ങ് വിശ്വ സിക്കാൻ പറ്റുന്നില്ലായിരുന്നു ഞാൻ ഡോക്ടറോട് ചോദിച്ചു,

"അപ്പൊ ഈ നിഹാരയോ?"

"അതും ഇത് പോലെ തന്നെ അക്ഷയിന്റെ മനസു സൃഷ്ടിച്ച ഒരു കഥയാവാനാണ് സാധ്യത. അന്ന് കണ്മുന്നിൽ കണ്ട ആക്സിഡന്റും, സ്വാതി അവനെ ഒഴിവാക്കി പോയപ്പോ അവനു നഷ്ടപ്പെട്ട പ്രണയവും അതിന്റെ ഡിപ്രെഷനും, പിന്നെ ഓഫീസ് തിരക്കും ഇതിൽ നിന്ന് എല്ലാം കൂടി ഉണ്ടായ സ്ട്രെസ്സിൽ അവന്റെ മനസു കണ്ടു പിടിച്ച ഒരു ഡീവിയേഷൻ മാത്രം ആവാനാണ് സാധ്യത.

ജസ്റ്റ് എ ക്രിയേറ്റീവ് ലവ് സ്റ്റോറി ക്രെയ്റ്റഡ് ബൈ ഹിസ് ബ്യൂട്ടിഫുൾ മൈൻഡ്. അതിന് അവൻ അന്ന് ആക്സിഡന്റിൽ കണ്ട കുട്ടിയുടെ മുഖം കൊടുത്തു എന്ന് മാത്രം.

ഇതെല്ലാം കേട്ട് ഞാനും ദിയയും ജിതിനും നിഷ്ഭ്രമം ആയി ഇരി ക്കുകയായിരുന്നു. എനിക്ക് ഇതെല്ലാം കേൾക്കുമ്പോൾ എന്റെ ഹൃദയ മിടിപ്പൊക്കെ ഒന്ന് പതുക്കെ ആയ പോലെ തോന്നുന്നുണ്ടായിരുന്നു. ഡോക്ടർ പറഞ്ഞ കാര്യങ്ങളൊക്കെ എനിക്ക് ഒരു സിനിമാ കഥ പോലെ ആയിരുന്നു തോന്നിയത്. ഇങ്ങനെ ഒക്കെ നടക്കുമോ എന്ന് ഞാൻ എന്റെ മനസിൽ ചിന്തിച്ച തുടങ്ങി.

ഡോക്ടർ തുടർന്ന് സംസാരിക്കാൻ തുടങ്ങി.

"അന്ന് സ്വാതി നിങ്ങളോട്ട ശെരിക്കും എന്താണ് പറഞ്ഞത്, അന്ന് അവളുടെ കല്യാണത്തിന് മുന്നെ അക്ഷയ്ക്ക വേണ്ടി സംസാരിക്കാൻ പോയപ്പോൾ?"

"അവനും അവളും തമ്മിൽ കുറച്ച കാലത്തെ ഫേസ്ബുക്ക് ഫ്രണ്ട്ഷി പ്പ് മാത്രമേ ഉണ്ടായിരുന്നുള്ള എന്നാണ്. അതിലപ്പുറം ഒന്നും ഉണ്ടായിരു ന്നില്ലെന്ന്. അന്ന് കുറെ നേരം സംസാരിക്കാൻ പറ്റിയിരുന്നില്ല. പക്ഷേ അക്ഷയ് അവളുടെ കൂടെയുള്ള ഒരുപാട് നിമിഷങ്ങളെ കുറിച്ചൊക്കെ

 ബിയോണ്ട് ദി മെമ്മറീസ്

പറഞ്ഞിരുന്നു. അവർ ലാൽബാഗിൽ പോയതും പരസ്പരം കണ്ടതും സംസാരിച്ചതുമൊക്കെ പറഞ്ഞിരുന്നു."

ഡോക്ടർ അവിടെ ഇരുന്ന പേന കൈയിൽ ഇട്ട കറക്കി കൊണ്ട് എന്നോട് വീണ്ടും സംസാരിക്കാൻ തുടങ്ങി. "എനിക്ക് ഒരു സംശയം കൂടിയുണ്ട്. ഈ സ്വാതിയുമായുള്ള പ്രണയവും അവന്റെ മനസ് സൃഷ്ടി ച്ചതാണോ എന്ന്."

ഞാൻ ആശ്ചര്യത്തിൽ : "എന്ത്?"

"ഇത് എനിക്ക് ഉറപ്പില്ല. പക്ഷെ അങ്ങനെ ആവാനാണ് സാധ്യത കൂടുതലും. സ്വാതിയുടെ ഫ്രണ്ട് റിക്വസ്റ്റ് വന്നതും ചാറ്റ് ചെയ്തതും പ്രപ്പോസ് ചെയ്തതും അതിന ശേഷം അവൾ ബ്ലോക്ക് ചെയ്തതും വരെ ശരി ആയിരിക്കും. പക്ഷെ അതിനശേഷം നടന്ന കഥകൾ ഒരു പക്ഷെ അവന്റെ മനസ് സൃഷ്ടിച്ചതാവാനാണ് സാധ്യത. ഇതെനിക്ക് ഇപ്പോൾ ഉറപ്പിച്ച പറയാൻ പറ്റില്ല. ഒരു പക്ഷെ നമുക്ക് സ്വാതിയുമായി ഒന്ന് സംസാരിക്കാൻ പറ്റിയാൽ ഒരു ഉത്തരത്തിൽ എത്താൻ കഴിയു മായിരിക്കും. എന്റെ ഊഹ പ്രകാരം സ്വാതിയുടെ റിജക്ഷനും അത് കഴിഞ്ഞുണ്ടായ അച്ഛമ്മയുടെ മരണവുമൊക്കെ ആവണം അവനെ വീണ്ടും ഇങ്ങനെയാക്കിത്തീർത്തത്."

ഇതെല്ലാം കേട്ടപ്പോൾ എനിക്ക് വല്ലാതെ വിഷമമമായി. ഞാൻ ആണല്ലോ അവന്റെയുള്ളിൽ സ്വാതിയോട് പ്രണയം തോന്നാൻ കാരണക്കാരി. ഞാൻ ഇപ്പോഴും ഓർക്കുന്ന അക്ഷയ്ക്ക് അങ്ങനെ പ്രണ യമൊന്നും അന്നുണ്ടായിരുന്നില്ല. ഞാനാണ് അന്ന് ഓരോന്ന് പറഞ്ഞു പറഞ്ഞ് അവന്റെ മനസിൽ സ്വാതിയോട്ട പ്രണയം തോന്നിപ്പിച്ചത്. ഡോകടർ പറഞ്ഞപോലെയാണെങ്കിൽ അവന്റെ ഇപ്പോഴത്തെ അവസ്ഥക്ക് കാരണം ഞാനാണ്. ഞാൻ പെട്ടെന്ന് കരയാൻ തുടങ്ങി. ഡോക്ടർ ഇതെങ്ങനെയാണ് മാറ്റുക? എത്ര കാലത്തെ ട്രീറ്റ്മെന്റ് വേണ്ടി വരും. ജിതിൻ ഡോക്ടറോട് ചോദിച്ചു.

"ശരിക്കും പറഞ്ഞാൽ സ്കിസോഫ്രീനിയ രോഗത്തിന് ഒരു പ്രതിവിധി ഇല്ല. ഇത് ജീവിത കാലം മുഴുവൻ നിലനിൽക്കുന്ന ഒന്നാണ്. പക്ഷെ മരുന്ന് കൊണ്ടും കൗൺസിലിംഗ് കൊണ്ടും ഒരു പരിധി വരെ കുറയ്ക്കാൻ പറ്റും. അക്ഷയിന്റെ കേസിൽ പറയുകയാണെങ്കിൽ രാഹൽ എന്ന സാങ്കല്പിക സുഹൃത്ത് അവൻ കോളജിൽ പഠിക്കുമ്പോൾ ഒന്നും അവന്റെ അടുത്തേക്ക് വന്നിരുന്നില്ല. കാരണം, അവന്റെ ഒറ്റപ്പെടൽ എല്ലാം ആ സമയം നല്ല രീതിയിൽ തന്നെ കുറഞ്ഞിരുന്നു. പക്ഷെ അതുപോലെ പിന്നെയും എന്തോ ഒരു അവസ്ഥയിൽ എത്തിയപ്പോൾ അത് വീണ്ടും തിരിച്ച വരികയും ചെയ്തു. ഇതാണ് ഞാൻ മുന്നെ പറഞ്ഞത്, ഈ രോഗം പൂർണ്ണമായും ഒരിക്കലും ഇല്ലാതെ ആക്കാൻ പറ്റില്ല എന്ന്."

എന്റെ മനസ് മൊത്തം കുറ്റബോധം കൊണ്ട് നിറയുകയായിരുന്നു.

ഞാൻ ഡോക്ടറോട് ചോദിച്ചു, "ഇനി അടുത്ത സ്റ്റെപ്പ് എന്താണ്?"

"പതിയെ നമുക്ക് അക്ഷയിനെ യാഥാർഥ്യങ്ങൾ പറഞ്ഞു മനസിലാക്കിക്കണം. അത് വിചാരിക്കുന്ന പോലെ അത്ര എളുപ്പമായിരിക്കില്ല. ഇങ്ങനെയുള്ളവർ അവരുടെ ചിന്തയാണ് ശരി എന്ന് സമർത്ഥിക്കാൻ നൂറ് കാരണങ്ങൾ കണ്ടുപിടിക്കും. അക്ഷയുടെ മനസ് ഇപ്പോൾ അങ്ങനെയൊരു അവസ്ഥയിലാണ്. അവൻ ഇപ്പോൾ വിശ്വസിക്കാൻ ശ്രമിക്കുന്നത് അവന് മരിച്ചവരെ കാണാൻ പറ്റും എന്നാണ്. അവന്റെ മനസ് പൂർണ്ണമായി അങ്ങനെ ഒരു ചിന്തയിലേക്ക് പോയി തുടങ്ങിയാൽ എല്ലാം കൂടുതൽ വഷളാവാനും സാധ്യത ഉണ്ട്. അതിന് മുന്നേ തന്നെ നമുക്ക് ട്രീറ്റ്മെന്റും കൗൺസിലിംഗ്മൊക്കെ തുടങ്ങേണ്ടി വരും. നാളെ തന്നെ ട്രീറ്റ്മെന്റ് തുടങ്ങാം എന്നാണ് ഞാൻ വിചാരിക്കുന്നത്."

പെട്ടെന്ന് നഴ്സ് വന്നു ഡോക്ടറെ വിളിച്ചു. ഡോക്ടർ ഞങ്ങളോട് നാളെ കാണാം ഒരു അർജന്റ് കേസുണ്ട് എന്ന് പറഞ്ഞു അവിടെ നിന്ന് പോയി. ഞങ്ങൾ ഡോക്ടറുടെ മുറിയിൽ നിന്ന് ഇറങ്ങി നേരെ അക്ഷയിന്റെ മുറിയിലേക്ക് നടന്നു. ഞാൻ ആകെ ഡിപ്രസ്ഡായിരുന്നു.

അക്ഷയ് ബെഡ്ഡിൽ കണ്ണടച്ച് കിടക്കുകയായിരുന്നു. ഞാൻ പതുക്കെ അവനെ വിളിച്ചു. എന്റെ ശബ്ദം ചെറുതായി ഇടറുന്നുണ്ടായിരുന്നു.

അവൻ എന്നെ കണ്ട ഉടനെ ഡോക്ടർ എന്തു പറഞ്ഞു എന്നാണ് ചോദിച്ചത്. എനിക്ക് എന്താണ് ഉത്തരം കൊടുക്കേണ്ടത് എന്ന് അറിയില്ലായിരുന്നു. ഞാൻ, ഒന്നുമില്ല. കുറച്ച ദിവസം കൂടി ഇവിടെ നിൽക്കേണ്ടി വരും. അത് കഴിഞ്ഞാൽ ഇവിടുന്ന് പോവാം. എന്റെ മുഖത്തെ ഭാവമാറ്റം അവൻ ശ്രദ്ധിച്ചിരുന്നു. അവന്റെ മുഖത്തും ഒരു ടെൻഷൻ പ്രകടമാവാൻ തുടങ്ങി. അവൻ ഇടറുന്ന ശബ്ദത്തിൽ ഞങ്ങളോട് ചോദിച്ചു.

"എല്ലാർക്കും ഇത് എന്താ പറ്റിയത്?"

ഞങ്ങൾ മൂന്ന് പേരും അവനോട് എന്ത് പറയണം എന്നറിയാതെ തരിച്ച നിൽക്കുകയായിരുന്നു. പെട്ടെന്ന് അവിടേക്ക് ഒരു നഴ്സ് വന്നു. എന്നിട്ട് അക്ഷയ്ക്ക് കുടിക്കാൻ കുറച്ച മരുന്നും ഒരു ഇഞ്ചക്ഷനും കൊടുത്തു.

സെഡേഷനുള്ള ഇൻജെക്ഷൻ ആണെന്ന് തോന്നുന്നു. അക്ഷയ് പെട്ടെന്ന് തന്നെ ഉറക്കത്തിലേക്ക് പോയി. എന്റെ മനസ് കുറ്റബോധം കൊണ്ട് വിങ്ങിപ്പൊട്ടുന്നുണ്ടായിരുന്നു. ഞാനാണ് ഇതിനെല്ലാം കാരണം എന്ന ചിന്ത എന്റെ ഉള്ളിൽ നിന്ന് എന്നെ കൊല്ലാതെ കൊല്ലുന്നുണ്ടായിരുന്നു. എന്റെ സകല നിയന്ത്രണവും കൈവിട്ടു പോയി. ഞാൻ പൊട്ടി കരയാൻ തുടങ്ങി. ദിയ എന്റെ അടുത്ത് വന്ന് ആശ്വസിപ്പിക്കുന്നുണ്ടെങ്കിലും ഞാൻ അത് പറഞ്ഞുകൊണ്ടേയിരുന്നു,

ഞാനാണ് എല്ലാത്തിനും കാരണം... ആശ്വാസവാക്കുകൾ ഒന്നും എന്നെ ശാന്തമാക്കുന്നില്ലായിരുന്നു. കുറച്ച സമയം ഞാൻ അങ്ങനെ തന്നെ ദിയയെ പിടിച്ച കരഞ്ഞു. പതിയെ ഞാൻ എന്റെ വികാരങ്ങളെ നിയന്ത്രിച്ച തുടങ്ങി. പക്ഷേ എന്നാലും കണ്ണുകൾ നിറഞ്ഞിരുന്നു. ഒരു കോഫി കുടിച്ച വരാം എന്ന പറഞ്ഞ് ദിയ എന്നെ അവിടെ നിന്നും താഴെയുള്ള കാന്റീനിലേക്ക് കൊണ്ടുപോയി. ഞങ്ങൾ കാന്റീനിലെ ഒരു കോർണർ സീറ്റിൽ പോയിരുന്നു. ഞാൻ ദിയയുടെ തോളിൽ തലവെച്ച് കിടക്കുകയായിരുന്നു. എന്റെ മനസ്സാകെ കുറ്റബോധം കൊണ്ട് നീറി പുകയുകയായിരുന്നു. ജിതിൻ ഒരു കോഫി എന്റെ മുന്നിലേക്ക് നീട്ടി. ഞാൻ പതിയെ ഓരോ സിപ് സിപ് ആയി ചൂട് കോഫി കുടിക്കാൻ തുടങ്ങി. ടെൻഷൻ അടിക്കാതെ, എല്ലാം ശരിയായിക്കോളും. ദിയ എന്നെ ആശ്വസിപ്പിച്ചുകൊണ്ടേയിരുന്നു.

"ഇനി എന്താ പ്ലാൻ?"

ഞാൻ അവളുടെ മുഖത്തേക്ക് നോക്കി എന്ത് എന്ന് ചോദിച്ചു.

"അല്ല അക്ഷയയിയെ പ്രൊപ്പോസ് ചെയ്യുന്നത്..."

"ഞാൻ ചെയ്യും. ഇനി എന്തായാലും ചെയ്യും. ഇനി അഥവാ അവൻ സമ്മതിച്ചില്ലെങ്കിൽ കൂടി ഞാൻ അവനെ വിട്ട പോകില്ല. പ്രണയം എപ്പോഴും കല്യാണം കഴിച്ച് കുട്ടികളൊക്കെ ആയി ജീവിക്കണം എന്ന് മാത്രമല്ലല്ലോ. ഒരാളുടെ സന്തോഷത്തിലും ദുഃഖത്തിലും കൂടെ നിൽക്കുക എന്ന കൂടിയാണത്. ഇനി എന്ത് സംഭവിച്ചാലും ഞാൻ അവനെ വിട്ട പോവില്ല. അവൻ ഇനി ഒരിക്കലും ഒറ്റപ്പെടാനും ഞാൻ സമ്മതിക്കില്ല. ഇനി ഒരു രാഹുലിന്റെയോ നിഹാരയുടെയോ ആവശ്യം അവനുണ്ടാ വില്ല."

ഇതെല്ലാം പറയുമ്പോഴും എന്റെ കണ്ണുകൾ നിറയുന്നുണ്ടായിരുന്നു. ദിയയും ജിതിനും ഒരുമിച്ച പറഞ്ഞു.

"ഗോ അഹെഡ് നിന്റെ കൂടെ എപ്പോഴും ഞങ്ങളുണ്ടാവും."

ഞാൻ അവരെ നോക്കി ഒന്ന് ചിരിച്ചു.

അവർ വീണ്ടും, "ഞങ്ങൾ രണ്ടുപേരും നിന്റെയും അക്ഷയിന്റെയും കൂടെയുണ്ടാവും. നീ പേടിക്കണ്ട, എല്ലാം ശരിയാവും."

==

ഒരു ഡയറിക്കുറിപ്പ്

എന്നെ മെന്റൽ ഹെൽത്ത് ഡിപ്പാർട്ട്മെന്റിലെ മുറിയിലേക്ക് മാറ്റിയിട്ട് ഇന്നേക്ക് ഒരു മാസം തികയുന്നു.

ഡോക്ടർ പറഞ്ഞതൊക്കെ വിശ്വസിക്കാൻ ഞാൻ തയ്യാറായിരുന്നില്ല. രാഹുലിനെ കണ്ടുപിടിക്കാൻ പറ്റാതെ വന്നപ്പോൾ ഇവർ എല്ലാരും കൂടി എന്നെ ഒരു ഭ്രാന്തനാക്കാൻ ശ്രമിക്കുകയാണ് എന്നാണ് എനിക്ക് തോന്നുന്നത്. പിന്നെ ഒരു സൈക്യാട്രിസ്റ്റ് എന്ന നിലയിൽ ജെയിംസ് ഡോക്ടർ തീർത്തും റാഷനലായി മാത്രമേ ചിന്തിക്കുകയു ള്ളൂ. അതുകൊണ്ട് തന്നെ മരിച്ചവരെ കാണാൻ പറ്റും എന്നൊക്കെ പറഞ്ഞാൽ ഡോക്ടർക്ക് അത് മനസ്സിലാവില്ല. ഡോക്ടർമാർ, അവർ പഠിച്ച തിയറി വെച്ച് മാത്രമാണ് എല്ലാം പറയുന്നത്. ഒരുപക്ഷെ അവർ പഠിക്കാത്ത പലതും ഈ ലോകത്ത് ഉണ്ടെങ്കിലോ... കുറെ കാലങ്ങൾ ക്കുശേഷം നമ്മുടെ ടെക്നോളജി വളരുമ്പോൾ മാത്രം കണ്ടുപിടിക്കാൻ പോകുന്ന കാര്യങ്ങൾ.

ഈ ലോകത്ത് പ്രേതവും യക്ഷിയും ഒന്നും ഇല്ല എന്ന് തറപ്പിച്ച് പറയാൻ പറ്റില്ല. മരണശേഷം ഒരാൾക്ക് എന്താണ് സംഭവിക്കുന്ന തെന്ന് ഇപ്പോഴും ആർക്കും വലിയ നിശ്ചയം ഒന്നും ഇല്ലാത്ത ഒരു കാര്യമാണ്. അതുപോലെ കൃത്യമായ ഉത്തരങ്ങൾ ഒന്നും ഇല്ലാത്ത ഒരായിരം കാര്യങ്ങൾ ഈ ലോകത്തില്ലേ? അത് പോലെ എന്നെ കില്യം ആയിക്കൂടെ ഇതും. ഒരു പക്ഷെ കുറെ കാലങ്ങൾക്ക് ശേഷം ഇതിനൊക്കെ ഉത്തരം കിട്ടുമായിരിക്കും.

എന്റെ ചിന്തകളൊന്നും ഡോക്ടർക്ക് പറഞ്ഞാൽ മനസിലാവില്ല.

 ബിയോണ്ട് ദി മെമ്മറീസ്

അവർ എന്തായാലും എന്നെ ഒരു ഭ്രാന്തനാക്കി മുദ്ര കുത്തിക്കഴിഞ്ഞു. ഇപ്പോൾ കുറച്ച ദിവസമായി ഞാൻ ഇവിടെ തീർത്തും ഒറ്റയ്ക്കാണ്. റാഹേലും ദിയയും ഒന്നും ഇപ്പോൾ അധികം ഇങ്ങോട്ട് വരാറില്ല.

അവസാനമായി റാഹേലിനോട് സംസാരിച്ചപ്പോൾ കുറച്ച ദിവസം ട്രീറ്റ്മെന്റിന്റെ ഭാഗമായി അവരോടൊക്കെ വിട്ടുനിൽക്കാൻ പറഞ്ഞു എന്നാണ് പറഞ്ഞത്. ഇനി ഇപ്പോൾ ഞാൻ ഒരു മുഴു ഭ്രാന്തൻ ആണെന്ന് വിചാരിച്ച് അകലം പാലിക്കുന്നതാണോ എന്നും എനിക്ക് അറിയില്ല. ആർക്കാണ് ഒരു ഭ്രാന്തന്റെ കൂടെ നിൽക്കാൻ താൽപര്യമുണ്ടാവുക.

ഞാനിതെല്ലാം ഡയറിയിൽ എഴുതുന്നുണ്ടായിരുന്നു.

"അക്ഷയ്..."

ഞാൻ പെട്ടെന്ന് തിരിഞ്ഞു നോക്കി. അത് ജെയിംസ് ഡോക്ടറാ യിരുന്നു. ഡോക്ടറുടെ കൂടെ ഒരാൾ കൂടിയുണ്ടായിരുന്നു. അന്ന് ആ ബ്രിട്ടീഷ് ബംഗ്ലാവിൽ പോയപ്പോൾ ഞങ്ങളുടെ കൂടെ വന്ന രാജേഷ് ആയിരുന്നു അത്. രാജേഷിനെ കണ്ടപ്പോൾ എനിക്ക് സന്തോഷമായി. ഞാൻ ഡോക്ടറോട് പറഞ്ഞു. ഡോക്ടർ ഇവൻ കണ്ടിട്ടുണ്ട് രാഹലിനെ. അവനോട് ചോദിച്ചാൽ എല്ലാം അറിയാൻ പറ്റും. എന്റെ ഉള്ളിൽ പെട്ടെന്ന് ഒരു സന്തോഷം തോന്നി. രാജേഷ് അവനെ കണ്ട കാര്യം ഡോക്ടറോട് പറഞ്ഞാൽ പിന്നെ ഞാൻ ഒരു ഭ്രാന്തനല്ല എന്ന് തെളിയും. ഞാൻ രാജേഷിനോട് പറഞ്ഞു.

"രാജേഷ്, ഉസ് ദിൻ മേരെ സാത്ത് ഏക് ഫ്രണ്ട് ഭീ ധാന. രാഹൽ. വോ ഡോക്ടർ സെ ഭീ ബോലിയെ..." രാജേഷ് എന്നെ ആശ്ചര്യത്തിൽ നോക്കി നിൽക്കുകയായിരുന്നു.

"ഭയ്യ ഉസ് ദിൻ സിർഫ് അപ് ഹി ധാന. മേ കോയി ഓർക്കോ നഹി ദേഖാ..

"അവന്റെ ആ ഉത്തരം എന്നെ വല്ലാതെ തളർത്തിയിരുന്നു. ഇനി അവനും കള്ളം പറയുകയാണോ? ഡോക്ടർ വെറുതെ അയാളുടെ ഈഗോ കൊണ്ട് ചെയ്യുന്നത് ആണോ ഇതെല്ലാം. ഞാൻ വല്ലാതെ ടെൻഷനാവാൻ തുടങ്ങി.

ഈ നിമിഷം ഞാൻ ഒരു ഭ്രാന്തനായി മാറുന്നുണ്ടായിന്നു. ഡോക്ടർ എന്റെ അടുത്തേക്ക് വന്ന് സംസാരിക്കാൻ തുടങ്ങി. അക്ഷയിന്റെ അവസ്ഥ എനിക്ക് മനസിലാവും. പക്ഷെ അക്ഷയ് ഈ യാഥാർഥ്യ മൊക്കെ ഉൾക്കൊണ്ടേ മതിയാവൂ. ഇതാണ് സത്യം. എന്റെയുള്ളിൽ ദേഷ്യവും സങ്കടവും എല്ലാം കൂടി വന്നപ്പോൾ ഞാൻ കുറച്ച് ഉച്ചത്തിൽ ചോദിച്ചു.

"അപ്പോൾ നിഹാരയോ? ഞാൻ അന്ന് രാത്രി കണ്ടത് ആരെയാണ്?"
ഡോക്ടർ അപ്പോൾ തന്നെ ഒരാളെ ഫോണിൽ ഡയൽ ചെയ്തു. എന്നിട്ട്
എനിക്ക് ഫോൺ തന്നു . ഞാൻ ഫോൺ ചെവിയിൽ വെച്ചു.

"ഹലോ അക്ഷയ്, ഞാൻ ബിജിത് ആണ്."

"ഹായ് ബിജിത് നമ്മൾ അന്ന് രാത്രി കണ്ടത് ഓർമ്മ ഇല്ലേ?"

"എടാ ഞാൻ രണ്ട് കൊല്ലമായിട്ട് യുകെയിൽ ആണ്."

"അപ്പോൾ നമ്മൾ അന്ന് ബീച്ചിന്റെ അവിടെ വെച്ച് കണ്ടതോ?

" ഇല്ല അക്ഷയ്, ഞാൻ നാട്ടിലേക്ക് വന്നിട്ട് രണ്ട് കൊല്ലമായി."

എന്റെ കൈകാലുകളിലെ ശക്തിയെല്ലാം ചോർന്ന പോകുന്നതു
പോലെ. എനിക്ക് എന്താണ് പറയേണ്ടത് എന്ന് അറിയാതെയായി.
ഞാൻ ഫോൺ ഡോക്ടർക്ക് തിരിച്ചുകൊടുത്തു. രാജേഷ് എന്നെത്തന്നെ
നോക്കിനിൽക്കുകയായിരുന്നു. ഡോക്ടർ ഫോൺ കട്ടാക്കി. സംസാരി
ക്കാൻ തുടങ്ങി.

"റിലാക്സ് അക്ഷയ്, കുറെ ആലോചിച്ച് കോംപ്ലിക്കേറ്റഡ് ആക്കാതെ.
കുറച്ചക്കാലം കൂടി ഇവിടത്തെ ട്രീറ്റ്മെന്റിനോട് സഹകരിച്ചാൽ
പെട്ടെന്ന് തന്നെ തനിക്ക് ഇവിടുന്ന് പോവാൻ പറ്റും. എനിക്ക് അക്ഷ
യിന്റെ അവസ്ഥ മനസ്സിലാകുന്നുണ്ട്. ചെറുപ്പകാലം തൊട്ട് വിശ്വസിച്ച
ഒരു സുഹൃത്ത് തോന്നലാണെന്ന് പറഞ്ഞാൽ ആർക്കും അംഗീകരി
ക്കാൻ പറ്റില്ല. സ്വാഭാവികം. ബട്ട് അക്ഷയ് ഇതെല്ലാം മനസ്സിലാക്കണം.
എന്നാലേ അക്ഷയ്ക്ക് മുന്നോട്ട് പോവാൻ പറ്റുള്ളൂ. ഞാൻ അതിനാണ്
ശ്രമിക്കുന്നത്."

ഡോക്ടർ പറയുന്നത് പൂർണ്ണമായി എനിക്ക് അംഗീകരിക്കാൻ പറ്റുന്നി
ല്ലെങ്കിലും എന്റെ പ്രോഗ്രാമർ മൈൻഡ് എല്ലാം ഒന്ന് ലോജിക്കലായി
ചിന്തിക്കാൻ ശ്രമിക്കുന്നുണ്ടായിരുന്നു. ഒരു പ്രോഗ്രാം ഡീബഗ് ചെയ്യുന്ന
തുപോലെ ഞാൻ ചിന്തിക്കാൻ തുടങ്ങി. അവനെ കാണാതെ ആയിട്ട്
ഒരാൾ കൂടി അന്വേഷിച്ച വന്നില്ല. ഫേസ്ബുക്കിലും ഇൻസ്റ്റാഗ്രാമിലും
തപ്പിയിട്ടും കിട്ടിയില്ല. ഞാൻ അല്ലാതെ അവനെ നേരിൽ കണ്ട ഒരാൾ
കൂടി ഇല്ല. അവന്റെ മുഖം ഞാൻ വരച്ച ചിത്രത്തിൽ മാത്രമാണുള്ളത്.
എനിക്ക് ഡോക്ടർ പറയുന്നത് ശരിയാണെന്ന് തോന്നാൻ തുടങ്ങി.
എന്റെ കണ്ണുകൾ നിറയാൻ തുടങ്ങി. ഡോക്ടർ എന്റെ തോളിൽ കയ്യിട്ടു.

"ഡോണ്ട് വറി. നമുക്ക് എല്ലാം ശരിയാക്കാമെന്നേ. ഉടനെ തന്നെ
അക്ഷയ്ക്ക് ഇവിടുന്ന് പോവാം. എല്ലാം വേഗം ശരിയായിക്കോളും."

ഇതും പറഞ്ഞ് ഡോക്ടറും രാജേഷും അവിടെ നിന്ന് പോയി.

ഞാൻ കുറച്ച് നേരം എന്റെ മുട്ട് കാലിന്റെ മുകളിൽ തല വെച്ച് അങ്ങനെ ഇരുന്നു.

"അക്ഷയ്"ഞാൻ പതിയെ തല പൊക്കി നോക്കി. റാഹേൽ ആയിരുന്നു അത്. അവൾ എന്റെ അടുത്തേക്ക് വന്ന് എന്റെ മുഖത്തേ ക്ക് തന്നെ നോക്കി നിന്നു. അവളുടെ മുഖം കരയാൻ ആയ പോലെ ഉണ്ടായിരുന്നു. മുഖം എല്ലാം ചുവന്ന് കണ്ണെല്ലാം കലങ്ങി ക്ഷീണിച്ച പോലെ... അവൾ എന്റെ അടുത്ത് വന്നിരുന്ന് ഇടറുന്ന ശബ്ദത്തിൽ എന്നോട് ചോദിച്ചു.

"ഇപ്പോൾ എങ്ങനെ ഉണ്ട്?"

ഞാൻ ഒന്ന മൂളിയശേഷം പറഞ്ഞു. "ലോജിക്കലി ഡോക്ടർ ഇസ് കറക്ട്, ഐ ആം മാഡ്, എനിക്ക് നല്ല മൂത്ത ഭ്രാന്താണ്."

അപ്പോൾ തന്നെ റാഹേൽ എന്റെ വായ പൊത്തിപ്പിടിച്ചു. എന്നിട്ട് പറഞ്ഞു. "നോ നിനക്ക് ഒന്നുമില്ല. നീ ഒറ്റക്കായിരുന്നു. നിനക്ക് സംസാ രിക്കാനും പറയാനും ഒന്നും ആരും ഇല്ലായിരുന്നു. അത്രയേ ഉള്ളൂ. ഇനി ഒരിക്കലും അങ്ങനെ ഉണ്ടാവില്ല. ഞാൻ ഉണ്ടാവും എപ്പോഴും."

അവൾ അങ്ങനെ പറഞ്ഞപ്പോൾ എന്റെയുള്ളിൽ പെട്ടെന്ന് ഒരു ആത്മവിശ്വാസം തോന്നി. പെട്ടെന്ന് മുറിയിലേക്ക് ജിതിനും ദിയയും കടന്നു വന്നു. ദിയയുടെ കൈയിൽ ഒരു പാക്കറ്റുണ്ടായിരുന്നു. ദിയ എന്നോട് ചിരിച്ച് റാഹേലിനോട് സംസാരിക്കാൻ തുടങ്ങി.

"ബർത്ത് ഡേ കഴിഞ്ഞിട്ട് ഒരു മാസമായി. ബർത്ത്ഡേ ഗിഫ്റ്റ് ഇതുവരെ കൊടുക്കുന്നില്ലേ."

ഇത് പറഞ്ഞപ്പോൾ പെട്ടെന്ന് റാഹേൽ ഒന്ന് ഞെട്ടിയ പോലെ. അവൾ ദിയയുടെ മുഖത്തുനോക്കി എന്തൊക്കെയോ ആക്ഷൻ ഇടാൻ തുടങ്ങി. ദിയ കണ്ട ഭാവം നടിക്കാതെ അവളുടെ കയ്യിൽ ഉണ്ടായ പാക്കറ്റിൽ നിന്നും ഒരു ഗിഫ്റ്റ് റാപ്പ് ചെയ്ത പൊതി പുറത്തെടുത്ത് റാഹേലിനോട് അത് എനിക്ക് തരാൻ പറഞ്ഞു. റാഹേൽ ഒന്ന് പതറു ന്നുണ്ടായിരുന്നു. ജിതിന്റെ മുഖത്തും ഒരു ചെറിയ പുഞ്ചിരിയുണ്ടായിരുന്നു. റാഹേൽ പതിയെ ദിയയുടെ അടുത്ത് നിന്നും ഗിഫ്റ്റ് വാങ്ങി എനിക്ക് തന്നു. എന്നിട്ട് എന്നോട്"ഹാപ്പി ബർത്ത് ഡേ അക്ഷയ്" എന്ന് പറഞ്ഞു. പെട്ടെന്ന് തന്നെ ജിതിൻ അവിടെ നിന്ന് ബി ലേറ്റഡ് എന്ന് പറഞ്ഞു. ഞാൻ റാഹേലിനെ നോക്കി ഒന്ന് ചിരിച്ചു. അവളുടെ മുഖത്ത് നേർത്ത ഒരു ചിരിയും ടെൻഷനുമെല്ലാം പ്രകടമായിരുന്നു.

ഞാൻ അത് അവളുടെ കൈയിൽ നിന്നും വാങ്ങി. "ഇതെന്താ ഒരു പ്രത്യേകത, ഞാൻ ഭ്രാന്താശുപത്രിയിൽ കിടന്ന് മുഴ വട്ടനായി

മാറിയതുകൊണ്ടാണോ?"

അപ്പോൾത്തന്നെ ദിയ ഒരു കൗണ്ടർ അടിക്കുന്ന ഭാവത്തിൽ "അതെ ഒരാൾക്ക് വട്ടായതുകൊണ്ടാണ്." ദിയയുടെ അങ്ങനെയുള്ള സംസാരം എനിക്ക് ആശ്വാസം നൽകുന്നുണ്ടായിരുന്നു. ഇത്തരം അവസ്ഥകളിൽ നമ്മളോട് ഒരു സിംപതി കാണിച്ച് സംസാരിക്കാതെ സാധാരണ പോലെ സംസാരിക്കണം.

ഞാൻ പതിയെ ചിരിച്ചുകൊണ്ട് ഗിഫ്റ്റ് തുറക്കാൻ തുടങ്ങി. പെട്ടെന്ന് ദിയ അത് തടഞ്ഞു. "ഞങ്ങൾ പോയിട്ട് തുറന്നാൽ മതി. നാളെയേ ഇനി വരുള്ളൂ." ഇതും പറഞ്ഞ് ദിയ റാഹേലിനെയും ജിതിനെയും കൂട്ടി അവിടുന്ന് പോയി. പേഷ്യന്റ്സ് അല്ലാതെ മറ്റാരെയും അധികനേരം ഇവിടെ നിൽക്കാൻ സമ്മതിക്കാറില്ല. അവർ പോയി. ഞാൻ വീണ്ടും മുറിയിൽ ഒറ്റയ്ക്കായി. ഞാൻ പതിയെ ആ സമ്മാന പൊതി പൊളിച്ച നോക്കി. അതിന്റെയുള്ളിൽ ഒരു മൊബൈൽ ഫോണിന്റെ പാക്ക റ്റായിരുന്നു. ഒരു മാസം മുന്നെ നോക്കിയ ലോഞ്ച് ചെയ്ത ലിമിറ്റഡ് എഡിഷൻ ഫോൺ ആയിരുന്നു അത്. പ്രീഓർഡർ ചെയ്തവർക്ക് മാത്രമേ ഇത് കൊടുക്കുമായിരുന്നുള്ള. ഇതൊരു സ്പെഷ്യൽ എഡിഷൻ ഫോണാണ്. ഇതിന്റെ തീം 'ദി ബീറ്റിൽ ബാൻഡ്' ആയിരുന്നു. ഫോൺ മൊത്തം കസ്റ്റം ഡിസൈനാണ്. ബീറ്റിൽസിന്റെ എല്ലാ സോങ്സും പ്രീ ലോഡഡ് ആയിട്ട് അതിൽ വരുന്നുണ്ടായിരുന്നു. കൂടാതെ ബീറ്റിൽ തീം ഉള്ള ഇയർഫോണും ഇതിലുണ്ടായിരുന്നു. ബീറ്റിൽ സോങ്സിനോട്ടുള്ള എന്റെ ഇമോഷണൽ അറ്റാച്ച്മെന്റിനെ കുറിച്ച് റാഹേലിന് നന്നായി അറിയാം. ഇങ്ങനെ ഒരു ഫോണിനെ പറ്റി അവളോട് പറഞ്ഞത് ഞാൻ തന്നെയായിരുന്നു. പക്ഷെ അവൾ ഇത് വാങ്ങി എനിക്ക് ഗിഫ്റ്റായി തരുമെന്ന് ഞാൻ വിചാരിച്ചിരുന്നില്ല.

ഞാൻ ഫോൺ ഓൺ ചെയ്തു. അതിൽ നോക്കിയയുടെ സാധാരണ മ്യൂസിക്കിന് പകരം ബീറ്റിൽസിന്റെ "Here Comes The Sun" എന്ന പാട്ടിന്റെ ട്യൂൺ ആയിരുന്നു .

ഫോണിന്റെ വാൾ പേപ്പർ ബീറ്റിൽസ് ബാൻഡിന്റെ P.S I Love You എന്ന പാട്ടിന്റെ ഒരു ഇല്യുസ്ട്രേഡ് ആർട്ടായിരുന്നു. അതിൽ "P.S I Love You" എന്ന് വലുതാക്കി എഴുതിയിട്ടുണ്ട്. അതിന്റെ താഴെയായി ആ പാട്ടിന്റെ നാല വരികളും ഉണ്ടായിരുന്നു.

"As I write this letter, send my love to you

Remember that I'll always be in love with you

Treasure these few words till we're together

 ബിയോണ്ട് ദി മെമ്മറീസ്

Keep all my love forever

P.S. I love you, you, you, you!"

ഞാൻ കുറച്ച നേരം ആ വരികളിൽ തന്നെ നോക്കി നിന്നു. എന്റെ മനസിലൂടെ പല ചിന്തകളും കടന്നു പോവാൻ തുടങ്ങി.

റാഹേൽ ഇനി മറ്റെന്തെങ്കിലും ഉദ്ദേശിച്ചിട്ടുണ്ടാവുമോ? റാഹേലിന് എന്നോട് ശരിക്കും പ്രണയമുണ്ടോ?

ഞാൻ അതിലെ പ്രീ ഇൻസ്റ്റോൾഡ് ബീറ്റൽസ് മ്യൂസിക് ആപ്പ് ഓപ്പണാക്കി അതിലെ ആൽബം ലിസ്റ്റ് സെർച്ച് ചെയ്യാൻ തുടങ്ങി. അതിന്റെ കൂടെ ഉണ്ടായിരുന്ന ഇയർഫോൺ കണക്ട് ചെയ്ത്, P.S. I love you എന്ന പാട്ട് പ്ലേ ചെയ്യാൻ ഇട്ട. എന്നിട്ട് ഡയറി എടുത്ത് ബാക്കി എഴുതാൻ തുടങ്ങി. എന്റെ എല്ലാ ചോദ്യങ്ങൾക്കും ഇപ്പോഴും ഉത്തരമായില്ല. എങ്കിലും ഡോക്ടർ പറയുന്നതിൽ ഒരുപാട് യാഥാർത്ഥ്യ മുണ്ടെന്ന് ഞാൻ ഇപ്പോൾ മനസ്സിലാക്കുന്നു. രാജേഷും ബിജിത്തുമാണ് എന്റെ കണ്ണുതുറപ്പിച്ചത്. ഞാൻ ഡയറി എഴുതി കൊണ്ടിരിക്കെ P.S. I love you എന്ന ഗാനം തീർന്ന് അടുത്തത് പ്ലേ ആവാൻ തുടങ്ങി. ആ ഗാനം എനിക്ക് അത്ര സുപരിചിതമാവാത്ത പോലെ തോന്നി. പല പല പാട്ടുകളുടെ മേഷപ്പ് പോലെ. ഞാൻ ഫോണെടുത്ത് ആ പാട്ട് ഏത് ആൽബത്തിലെ ആണെന്ന് നോക്കി. അതിന്റെ പേര് എവരിഡേ കെമിസ്ട്രി എന്നായിരുന്നു. ഞാൻ അങ്ങനെ ഒരു ആൽബം കേട്ടതായി ഓർക്കുണ്ടായിരുന്നില്ല. വെറുതെ നെറ്റിൽ ബീറ്റിൽസ് എവരിഡേ കെമിസ്ട്രി എന്ന് സെർച്ച് ചെയ്ത . അത് നോക്കിയപ്പോൾ വളരെ രസകരമായ കുറെ കാര്യങ്ങൾ കാണാൻ തുടങ്ങി. ഈ ആൽബം 2009 thebeatlesneverbrokeup.com എന്നൊരു സൈറ്റിൽ ആണ് ആദ്യമായി പ്രത്യക്ഷപ്പെട്ടത്. അതിൽ പറയുന്നത് പ്രകാരം ആ ഒരു ആൽബം മറ്റൊരു റിയാലിറ്റിയിൽ ഉള്ളതാണ്. ഞാൻ അതിനെക്ക റിച്ച് ഇന്റർനെറ്റിൽ കൂടുതൽ സെർച്ച് ചെയ്യപ്പോൾ മനസ്സിലാക്കാൻ കഴിഞ്ഞത് ഇത് എല്ലാം വെറും ഒരു haux ആണെന്നും ആരോ ഉണ്ടാ ക്കിയെടുത്ത മേഷപ്പ് സോങ് മാത്രമാണ് എന്നുമാണ്.

പക്ഷെ എന്റെ മനസ് അത് ശരിക്കും മറ്റൊരു റിയാലിറ്റിയിൽ ഉള്ള താണെന്ന് വിശ്വസിക്കാൻ ആഗ്രഹിക്കുന്നുണ്ടായിരുന്നു.

ഞാൻ പലപ്പോഴും ഇതുപോലെ ഓരോന്ന് ചിന്തിച്ച കൂട്ടറുണ്ട്. ശരിക്കും ഈ ലോകത്ത് ഇതുപോലെ മറ്റൊരു റിയാലിറ്റി ഉണ്ടെങ്കിലോ, അവിടെ ഒരു പക്ഷേ മറ്റൊരു ഞാൻ ജീവിക്കുന്നുണ്ടാവും. ഒരിക്കൽ ഞാൻ ഇതിനെക്കുറിച്ചൊക്കെ റാഹേലുമായി സംസാരിച്ചിരുന്നു.

നമ്മുടെ ലോകത്ത് നടക്കുന്ന പല കാര്യങ്ങളും ഒന്ന് മാറിയിട്ടുണ്ടെ ങ്കിൽ ഈ ലോകം മൊത്തം ഒരു പക്ഷേ മാറിയേനെ. ഉദാഹരണത്തിന് നിക്കോള ടെസ്ല അയാൾ ജീവിച്ചിരുന്ന സമയത്ത് ഇന്നത്തേക്കാൾ അംഗീകാരങ്ങൾ അന്ന് ലഭിച്ചിരുന്നെങ്കിൽ ഒരുപക്ഷേ അദ്ദേഹം അയാളുടെ സ്വപ്നമായ ഫ്രീ എനർജി ടവർ പൂർത്തീകരിച്ചേനെ... അങ്ങ നെയെങ്കിൽ ഈ ലോകം തന്നെ മാറ്റമായിരുന്നു. ഒരുപക്ഷേ മറ്റൊരു ലോകം ഉണ്ടെങ്കിൽ അവിടെ അങ്ങനെ നടന്നുവെങ്കിൽ അവർ നമ്മ ളെക്കാൾ എത്ര പുരോഗമിച്ചവരായിരിക്കും? ഞാൻ എന്തൊക്കെയോ ചിന്തിച്ചു കൂട്ടാൻ തുടങ്ങി. കുറേനേരം എന്റെ ചിന്ത മറ്റൊരു ലോകത്തെ ക്കുറിച്ചായിരുന്നു. പിന്നെ ഞാൻ ഡയറി എഴുത്ത് തുടർന്നു. ഉത്തരം കിട്ടാത്ത 100 ചോദ്യങ്ങൾ എന്റെ മനസ്സിലുണ്ട്. നിഹാര.. എന്തോ ആ പേര് ഉള്ളിൽ ആഴത്തിൽ തറച്ചിട്ടുണ്ട്. ആ ഓർമ്മകൾ എന്തായി രിക്കും? ഡോക്ടർ പറഞ്ഞപോലെ എന്റെ മനസ്സ് ചിന്തിച്ചുണ്ടാക്കിയ ഒരു സാങ്കല്പിക കഥാപാത്രമാണോ? ബിജിത്ത് നാട്ടിലില്ലെങ്കിൽ അന്ന് രാത്രി ഞാൻ കണ്ടത് ആരെയാണ്..? ഇനി അതും എന്റെ സങ്കല്പം മാത്രമാണോ..? അല്ലെങ്കിൽ... ആ രാത്രി മൊത്തമൊരു സങ്കല്പമായി രിന്നോ..? അതോ ഇവരെല്ലാവരും കള്ളം പറയുകയാണോ..? ഇല്ല. ഞാൻ ഇനി അതിനെക്കുറിച്ച് ഒന്നും ഓർക്കാൻ ശ്രമിക്കുന്നില്ല. ഡോക്ടർ പറഞ്ഞപോലെ കേട്ട് വേഗം ഇവിടെ നിന്ന് ഇറങ്ങണം. എന്നിട്ട് റാഹേലിനോട് ധൈര്യമായി ചോദിക്കണം ഡു യു ലവ് മി എന്ന്. അത് യെസ് ആണെങ്കിൽ അവളുടെ കൂടെ സുഖമായി ജീവിച്ചു തീർക്കണം. ഞാൻ ഡയറി എടുത്ത് വെച്ച് കുറച്ചനേരം കട്ടിലിൽ കിടന്നു. എന്തോ എന്റെ മനസ്സ് ഡോക്ടർ പറഞ്ഞതൊക്കെ പൂർണ്ണമായി വിശ്വസിക്കാൻ അനുവദിക്കുന്നില്ല. ഞാൻ കുറച്ച നേരം കൂടി അങ്ങനെ കിടന്നു. കുറച്ച കഴിഞ്ഞപ്പോൾ ഇതെല്ലാം ഒരു കഥ പോലെ എഴുതിയാലോ എന്ന് തോന്നി. എന്തായാലും ഇന്ന് ഇനി വയ്യ. നാളെ മുതൽ എഴുതിത്തുടങ്ങാ മെന്ന് ഞാൻ തീരുമാനിച്ചു. ഞാൻ ഫോൺ എടുത്ത് അതിൽ രാവിലെ ആറുമണിക്ക് ഒരു അലാറം വെച്ചു. അതിനശേഷം ഫോണിൽ ബീറ്റിൽ സിന്റെ ഹേ ജൂഡ് എന്ന സോങ് പ്ലേ ചെയ്യാനിട്ട് ബെഡിൽ കിടന്നു. പാട്ടിന്റെ ഈണത്തിൽ ലയിച്ച് എന്റെ കണ്ണുകൾ പതിയെ അടയാൻ തുടങ്ങി. അവസാനം ഞാൻ ഒന്നുകൂടെ ആ വരികൾ കാതോർത്തു.

"Hey Jude, don't make it bad.

Take a sad song and make it better.

Remember to let her into your heart,

Then you can start to make it better.

 ബിയോണ്ട് ദി മെമ്മറീസ്

Hey Jude, don't be afraid.
You were made to go out and get her.
The minute you let her under your skin,
Then you begin to make it better.

==

ലവ് ബൈറ്റ്

ഞാൻ കണ്ണ് തുറന്നു. എന്റെ മുന്നില്യണ്ടായ ഒരു സ്ക്രീനിൽ ഒരു ചിത്രം തെളിഞ്ഞു വന്നു. പെട്ടെന്ന് ഇംഗ്ലീഷ് അനൗൺസ്മെന്റ് പോലെ എന്തോ കേൾക്കാൻ തുടങ്ങി.

"Can you identify this picture?"

എന്റെ തല കറങ്ങുന്ന പോലെ ഉണ്ടായിരുന്നു. എന്റെ മുന്നിലെ ചിത്രം എന്താണെന്ന് എനിക്ക് തിരിച്ചറിയാൻ കഴിഞ്ഞില്ല. അതേ ശബ്ദം ഞാൻ വീണ്ടും കേട്ടു.

"Akshay, can you identify this picture?"

പിന്നെ അങ്ങോട്ട് ഞാൻ ആ ചിത്രം എന്താണെന്ന് മനസ്സിലാക്കാ നുള്ള കഠിന ശ്രമത്തിലായിരുന്നു.

"Akshay its a fruit, tell the name of the fruit"ഒന്ന് രണ്ട് മിനിറ്റിലെ കഠിന പരിശ്രമത്തിനൊടുവിൽ എനിക്കാ ചിത്രം തിരിച്ചറി യാൻ പറ്റി. അത് ഒരു ആപ്പിളിന്റെ ചിത്രമായിരുന്നു. ഞാൻ ഉച്ചത്തിൽ പറഞ്ഞു.

ആപ്പിൾ .. ആപ്പിൾ

"Good Akshay. Very good. Can you tell the color of the fruit as well?"

"yellow"

"Good"അതിനു ശേഷം മറ്റൊരു ചിത്രം ആ സ്ക്രീനിൽ പതിഞ്ഞു.

 ബിയോണ്ട് ദി മെമ്മറീസ്

"Akshay, can you identify what this is?"

"Tomato ketchup," ഞാൻ മറുപടി കൊടുത്തു.

"Can you tell the color as well?"

"Purple" ..

good Akshay, the pod will be opening in next five seconds"
" 5...4 ...3...2...1 opening the reality pod." എന്റെ മുന്നിലുണ്ടായ സ്ക്രീൻ മടങ്ങി മുകളിലേക്ക് പോയി. പതിയെ ഞാൻ ഇരിക്കുന്ന കസേര റിക്ലൈനിങ് പൊസിഷനിൽ നിന്ന് നോർമൽ സീറ്റിങ് പൊസിഷനി ലേക്ക് മാറി. എന്റെ മേലുണ്ടായിരുന്ന സീറ്റ് ബെൽറ്റ് ഓട്ടോമാറ്റിക്കായി റിലീസ് ചെയ്യുകയും മുന്നിൽ ഒരു വാതിൽ തുറക്കുകയും ചെയ്തു. ലാബ് കോട്ട് ധരിച്ച രണ്ട് പേർ എന്റെ അടുത്തേക്ക് നടന്നു വന്നു. അതിൽ ഒരാൾ സ്ത്രീയായിരുന്നു. അവർ എന്റെ തോളിൽ തട്ടി "You must be exhausted. Drink this," എന്ന് പറഞ്ഞുകൊണ്ട് ഒരു കുപ്പി എന്റെ മുന്നിലേക്ക് നീട്ടി. അതിനുശേഷം അവൾ എന്നോട് ചോദിച്ചു:

"Can you identify me, Akshay?" എന്റെ തല കറങ്ങുന്ന പോലെ തോന്നി. എനിക്ക് അവരുടെ മുഖം തിരിച്ചറിയാൻ കഴിഞ്ഞില്ല. ഞാൻ ഇല്ല എന്ന അർത്ഥത്തിൽ തലയാട്ടി. ഭയങ്കര ക്ഷീണവും ദാഹവും തോന്നുന്നുണ്ടായിരുന്നു. ഞാൻ മറ്റൊന്നും ആലോചിക്കാതെ ആ കുപ്പി വാങ്ങി അതിൽ നിന്ന് വെള്ളം കുടിക്കാൻ തുടങ്ങി. അത് ഒരു സാധാരണ വെള്ളമായിരുന്നില്ല. അതിലുണ്ടായിരുന്ന വെള്ളത്തിന് ഒരു പുളിപ്പും മധുരവും ഉണ്ടായിരുന്നു. ഞാൻ കുപ്പിയുടെ മുകളിലെ സ്റ്റി ക്കർ നോക്കി. അതിൽ "KAL 1000" എന്നാണ് ഉള്ളത്.

അതിന് തൊട്ട താഴെ "Instant Energy Restore" എന്നും എഴുതി യിട്ടുണ്ട്. എന്റെ തല ഇപ്പോഴും കറങ്ങി കൊണ്ടിരിക്കുകയാണ്. ചുറ്റപാടും ആരൊക്കെയോ കാര്യമായി എന്തൊക്കെയോ സംസാരിക്കുന്നത് ഞാൻ കേട്ടു. ഞാൻ വീണ്ടും ഒരു സിപ് കൂടി കുടിച്ചു. ഇത് കുടിക്കുന്തോറും എനിക്ക് എന്റെ തല കറക്കമൊക്കെ കുറച്ച് കുറഞ്ഞ് വരുന്നത് പോലെ അനുഭവപ്പെട്ടു. തല കറക്കം ഒന്ന് കുറഞ്ഞപ്പോൾ ഞാൻ ചുറ്റും നോക്കി.

ആ മുറിയിൽ ഒരുപാട് കംപ്യൂട്ടറുകളും മറ്റ പല തരം സാങ്കേതിക ഉപകരണങ്ങളും ഉണ്ടായിരുന്നു. അതുകൂടാതെ, ലാബ് കോട്ട് ധരിച്ച കുറേ പേരും ആ മുറിയിൽ ഉണ്ടായിരുന്നു. അവരെല്ലാം സയന്റിസ്റ്റുകൾ ആണോ എന്ന് ഞാൻ സംശയിച്ചു. ഞാൻ എങ്ങനെയാണ് ഇവിടെ എത്തിയതെന്നോ, ഇവർ എന്താണ് ചെയ്തുകൊണ്ടിരിക്കുന്നതെന്നോ എനിക്ക് മനസ്സിലായിരുന്നില്ല. എന്റെ ചുറ്റും നിന്ന് അവർ പരസ്പരം

എന്തൊക്കെയോ സംസാരിക്കുന്നുണ്ട്. അതിൽ എന്റെ ഇടത് വശത്തു ള്ള രണ്ടു പേർ കംപ്യൂട്ടർ സ്ക്രീനിൽ ഒരു തലച്ചോറിന്റെ ചിത്രം നോക്കി കാര്യമായി എന്തൊക്കെയോ ഇംഗ്ലീഷിൽ സംസാരിക്കുകയായിരുന്നു. ആ ചിത്രത്തിന് മുകളിലായി PROJECT BEYOND THE MEMORIES എന്ന് എഴുതിവെച്ചിട്ടുണ്ട്. project beyond the memories? എന്താണ് അത്, ഞാൻ മനസിൽ ചിന്തിച്ചു. അപ്പോൾ അവർ എന്താണ് പറയു ന്നതെന്താണെന്നറിയാൻ ഒരു കൗതുകം തോന്നി. ഞാൻ അവരുടെ സംസാരം കാതോർത്തു കേൾക്കാൻ തുടങ്ങി.

Scientist 1: "Richard, I think the reality serum is functioning well. It is replicating the same brain processes that occur during déjà vu, and we are actually accessing the quantum memory space.

"Scientist 2: "So, Jonas was right about déjà vu. We were actually accessing quantum memory space during the déjà vu, and those memories are from another reality.

"Scientist 1: "Yes Richard, I think so .However,we can't afford to underestimate the potential side effects. Artificially creating a déjà vu environment and accessing the memories from quantum memory space can have consequences. We must ensure that it doesn't impact other realities. As Jonas mentioned, quantum memory space consists of multiple memories from multiple realities. We've got to ensure that there's no accidental memory mixing in another dimension.

"ഇവർ എന്തിനെ കുറിച്ചാണ് ഇങ്ങനെ സംസാരിക്കുന്നത്? ഈ "quantum memory space" എന്താണ്? ഞാൻ മനസ്സിൽ ചിന്തിച്ചു. പെട്ടെന്ന് അവിടെ ഒരു അനൗൺസ്മെന്റ് വന്നു.

Attention, it is time to administer Reality Cleanup Serum in order to prevent the memory mixing process.

പെട്ടെന്ന് തന്നെ നേരത്തെ എനിക്ക് ആ വെള്ള കുപ്പി തന്ന അതേ സ്ത്രീ എന്റെ അടുത്തേക്ക് വന്ന് എന്റെ കയ്യിൽ ഒരു ഇഞ്ചക്ഷൻ വച്ചു.

എന്നിട്ട് എന്റെ കവിളിൽ മെല്ലെ തടവി കൊണ്ട് പറഞ്ഞു, "Akshay don't worry... everything's gonna be okay. " അതിനു ശേഷം അവർ അവിടെ നിന്നും കുറച്ച് മാറി നിന്നു.

       ബിയോണ്ട് ദി മെമ്മറീസ്

പെട്ടെന്ന് സീറ്റ് ബെൽറ്റ് ഓട്ടോമാറ്റിക്കായി ലോക്ക് ആയി. ഞാൻ ഇരിക്കുന്ന സീറ്റ് വീണ്ടും ഒരു റിക്ലൈനിങ് പൊസിഷനിലേക്ക് മാറി. വീണ്ടും ഒരു അനൗൺസ്മെന്റ് വന്നു

"Initiating reality cleanup process. "അപ്പോൾ തന്നെ, നേരത്തെ തുറന്നുവന്ന പോഡ് അടഞ്ഞു. ഞാൻ വീണ്ടും ആ പോഡിന്റെ അകത്തായി. ആ പോഡ് വളരെ വേഗത്തിൽ തിരിയാൻ തുടങ്ങി. എന്റെ തല മൊത്തമായി വീണ്ടും കറങ്ങുന്നുണ്ടായിരുന്നു. പെട്ടെന്ന് തന്നെ എന്റെ കണ്ണുകളിലേക്ക് ഒരു നീല വെളിച്ചം പടർന്നു വന്നു. എന്റെ മനസ്സിൽ പല മുഖങ്ങൾ വന്നു മറഞ്ഞു. പല പല സ്ഥലങ്ങൾ എന്റെ മനസ്സിലൂടെ കടന്നുപോയി.

പെട്ടെന്ന് തലയുടെ മുകളിൽ നിന്നും അസഹനീയമായ ഒരു വേദന അനുഭവപ്പെടാൻ തുടങ്ങി. ഒരു നിമിഷം കഴിഞ്ഞപ്പോൾ എന്റെ കാഴ്ച ശക്തിയും കേൾവി ശക്തിയും നഷ്ടപ്പെട്ടുന്നത് പോലെ തോന്നി. എങ്ങും പൂർണ്ണമായ ഇരുട്ട്, ചെവിയിൽ ഒരു ചീവീടിന്റെ മുഴക്കം പോലെ... പിന്നെ അതും നിലച്ചു... പിന്നെ അങ്ങോട്ട് പൂർണ്ണമായ ഇരുട്ടും നിശ ബ്ദതയും മാത്രമായി. എന്റെ ബോധം പോകുന്നുണ്ടായിരുന്നു. ശ്വാസം കിട്ടാതെ ആയ പോലെ. ഞാൻ മരണത്തിലേക്ക് പോകുകയാണെന്ന് എനിക്ക് തോന്നി.

************************************.

പതിയെ ഒരു സ്ത്രീ ശബ്ദം എന്റെ പേര് വിളിക്കുന്നതായി കേൾക്കാൻ തുടങ്ങി.

"അക്ഷയ് ...അക്ഷയ് .."

ഞാൻ കണ്ണ് തുറന്നു. ആകെ മൊത്തം ഒരു മങ്ങലായിരുന്നു. കാതുകളില്ലും ശബ്ദമൊക്കെ ഒന്ന് അടഞ്ഞതുപോലെ..

പെട്ടെന്ന്, "Playing memory relaxation music," എന്ന ഒരു അനൗൺസ്മെന്റ് വന്നു. അതിനുശേഷം ഒരു ഇംഗ്ലീഷ് പാട്ട് അവിടെ പ്ലേ ചെയ്യാൻ തുടങ്ങി.

എന്റെ കാതടഞ്ഞതു പോലെ ആയതുകൊണ്ട് പാട്ടിന്റെ ശബ്ദം വളരെ കുറവായതു പോലെയാണ് എനിക്ക് തോന്നിയത്. പതിയെ എന്റെ മനസ്സ് ശാന്തമാകാൻ തുടങ്ങി. എന്റെ കണ്ണുകളിലെ മങ്ങൽ കുറഞ്ഞു വന്നു. എന്റെ മുന്നിലിരിക്കുന്ന ആളെ എനിക്ക് ഇപ്പോൾ കാണാൻ പറ്റുന്നുണ്ട്. അതൊരു 28 വയസ്സോളം പ്രായം തോന്നിക്കു ന്ന യുവതിയായിരുന്നു. അവളുടെ മുഖം എനിക്ക് വളരെ സുപരിചിത മായിരുന്നു, പക്ഷേ ആരാണ് അതെന്ന് കൃത്യമായി ഓർത്തെടുക്കാൻ

കഴിയുന്നുണ്ടായിരുന്നില്ല. എന്റെ ഓർമ്മകൾ എവിടെയോ മുറിഞ്ഞതു പോലെ. ഞാൻ ചുറ്റും നോക്കി. ഇപ്പോൾ ഞാനും അവളും മാത്രമാണ് മുറിയിലുള്ളത്. അവൾ അവളുടെ ലാബ് കോട്ട് അവിടെ ഉണ്ടായിരുന്ന ഒരു കസേരയുടെ മുകളിൽ ഊരി വെച്ചിരിക്കുകയായിരുന്നു. ഒരു ജീൻസും ടോപ്പും ആയിരുന്നു അവൾ ധരിച്ചിരുന്നത്. അവളുടെ വലത് കൈപ്പത്തിയിൽ ഒരു ചെറിയ Couple ടാറ്റൂ ഉണ്ടായിരുന്നു. A&N എന്ന് അതിനടിയിൽ എഴുതിയിരുന്നു.

പെട്ടെന്ന് അവൾ എന്റെ കട്ടിലിന്റ സൈഡിലിരുന്ന് എന്നോട് ചോദിച്ചു.

"Are you okey അക്ഷയ്. ഇപ്പോൾ എങ്ങനെ ഉണ്ട്?"

എനിക്ക് ഒന്നും പൂർണ്ണമായി ഓർത്തെടുക്കാൻ കഴിയാത്തതുകൊണ്ട് ഞാൻ ടെൻഷൻ ആകുന്നുണ്ടായിരുന്നു. അവൾ അത് ശ്രദ്ധിക്കുകയും ചെയ്തു.

അവൾ ഒരു മിനിറ്റ് എന്നു പറഞ്ഞു ഫോണിൽ എന്തോ അമർത്തി. അപ്പോൾ തന്നെ അവിടെ പ്ലേ ചെയ്യുകൊണ്ട് നിന്ന പാട്ടുമാറി ഒരു പ്രത്യേകതരം ഗിറ്റാർ ബീറ്റ്സ് പ്ലേ ചെയ്യാൻ തുടങ്ങി. അവൾ എന്നോട് ചിരിച്ചു കൊണ്ട് ചോദിച്ചു. "എന്തെങ്കിലും ഓർമ്മ വരുന്നുണ്ടോ.. ?" ആ ഒരു നാദത്തിന് ഒരു തീരാ മനോഹാരിത ഉണ്ടെങ്കിലും അതെനിക്ക് ഓർത്തെടുക്കാൻ കഴിഞ്ഞിരുന്നില്ല. ഞാൻ അവളോട് ഇല്ല എന്ന അർത്ഥത്തിൽ തലയാട്ടികൊണ്ട് ബെഡിൽ ഒരു സൈഡിലേക്ക് ചെരിഞ്ഞുകിടന്നു. അപ്പോഴാണ് അവിടെയുണ്ടായിരുന്ന ഒരു ടേബിളിൽ വെച്ചിരുന്ന ഫോട്ടോ ഞാൻ ശ്രദ്ധിച്ചത്. മിസ്റ്റി വൈബ്സ് ഫോറസ്റ്റ് റിസോർട്ട് എന്ന ഒരു ബോർഡിന് താഴെയായി ഞാൻ അവളെ ചേർത്തുപിടിച്ച് നിൽക്കുന്നു. ഇതൊക്കെ എന്താണെന്ന മനസിലാ വാത്തതുകൊണ്ടും ഒന്നും ഓർത്തെടുക്കാൻ കഴിയാത്തതുകൊണ്ടും ഞാൻ കൂടുതൽ ടെൻഷൻ ആകാൻ തുടങ്ങി. എസി റൂമായിട്ട് കൂടി എന്റെ നെറ്റിയിലൂടെ ഒലിച്ചിറങ്ങുന്ന വിയർപ്പ് തുള്ളികൾ ഞാൻ അറി യുന്നുണ്ടായിരുന്നു. ഇതെല്ലാം ചെറുപുഞ്ചിരിയോടെ ആയിരുന്നു അവൾ നോക്കി നിന്നത്.

"Relax Akshay ..it will take some more minutes to become normal." ഇതും പറഞ്ഞുകൊണ്ട് അവൾ എന്റെ കൈയ്യിൽ പതിയെ പിടിച്ചു. അപ്പോഴാണ് ഞാൻ മറ്റൊരു കാര്യം ശ്രദ്ധിച്ചത്. എന്റെ കൈയ്യുടെ മുൻവശത്തും അവളുടെ കൈയ്യിൽ കണ്ട അതേ ടാറ്റൂ ഉണ്ടാ യിരുന്നു.

     ബിയോണ്ട് ദി മെമ്മറീസ്

എന്റെ കൈ പിടിച്ചോണ്ടിരിക്കെ അവൾ ചെറുതായി ചിരിച്ചു.

"Last time you took two hours to identify me, you idiot!! "അവൾ ഇത് ചിരിച്ച കൊണ്ടാണ് പറയുന്നതെങ്കിലും എന്തോ ഉള്ളിൽ തട്ടി പറയുന്നത് പോലെ. അവൾ എനിക്ക് വളരെ പ്രിയപ്പെട്ടവളായി രുന്നു എന്ന് എനിക്ക് തോന്നാൻ തുടങ്ങി. പക്ഷെ ഇപ്പോഴും എനിക്ക് അവളെ തിരിച്ചറിയാൻ കഴിയുന്നുണ്ടായിരുന്നില്ല. ഞാൻ അവളുടെ മുഖത്തേക്ക് തന്നെ നോക്കി. അവളുടെ മിഴികളിൽ എന്നോടുള്ള പ്രണയം കാണാമായിരുന്നു. അവളുടെ കഴുത്തിൽ ഒരു സിൽവർ ചെയിനുണ്ട്. അതിന്റെ അറ്റത്തായി ഒരു ഡയമണ്ട് ലോക്കറ്റം. ആ ഡയമണ്ട് ലോക്കറ്റ് നന്നായി തിളങ്ങുന്നുണ്ട്. ആ ചെയിൻ ഞാൻ എവിടെയോ കണ്ടിട്ടുണ്ടെന്ന് തോന്നി. ഞാൻ അത് ഓർത്തെടുക്കാൻ ശ്രമിച്ചുകൊണ്ടേയിരുന്നു. പക്ഷെ കൃത്യമായി ഒന്നും ഓർമ്മ വന്നില്ല. ഞാൻ വീണ്ടും അവളുടെ കഴുത്തിലെ ചെയിനിലേക്ക് നോക്കി നിന്നു. ലോക്കറ്റിന്റെ തിളക്കത്തിൽ നിന്ന് എന്റെ ശ്രദ്ധ തിരിഞ്ഞത് അവളുടെ കഴുത്തിന് മുകളിലെ ഒരു ചെറിയ ചുവന്ന പാടിലേക്കാണ്. ചെയിൻ ഇടുന്ന ഭാഗത്തിന് താഴെ മങ്ങിയ ചുവപ്പ് പാട്. പെട്ടെന്ന് മനസ്സിലേ ക്ക് ഓർമ്മകൾ ഇരച്ച പൊന്തി. ഞാൻ അവളുടെ കഴുത്തിൽ ചുംബിച്ച് പതിയെ കടിച്ചതുപ്പോലെയുള്ള ഓർമ്മകൾ എന്റെ മനസിലേക്ക് വന്നു ചേരാൻ തുടങ്ങി. എന്റെ ഹൃദയമിടിപ്പ് കൂടി വന്നു. പശ്ചാത്തലത്തിൽ പാടിക്കൊണ്ടിരുന്ന പാട്ടിന്റെ ശബ്ദം ഞാൻ കൂടുതൽ വ്യക്തമായി കേൾക്കാൻ തുടങ്ങി.

പതിയെ എന്റെ മനസ്സിലേക്ക് അവളുമായുള്ള പ്രണയാർദ്രമായ നിമി ഷങ്ങളുടെ ഓർമ്മകൾ ഓരോന്നായി ഒഴുകി വന്നു...നക്ഷത്രങ്ങളാൽ നിറഞ്ഞ ആകാശത്തിനടിയിൽ കൈകോർത്തു നടന്നതും, മഴയത്ത് ഒരു കുട കീഴിൽ അവളെ ചേർത്ത് പിടിച്ചിരുന്നതും, ഒരു പുതപ്പിന്റെ യുള്ളിൽ കെട്ടിപ്പുണർന്ന് കിടന്നതും, അവളെ ചുംബിച്ച മതിവരാതെ ഇരുന്നതും എല്ലാം ഒരു സിനിമയിലേതുപോലെ എന്റെ മനസ്സിൽ തെളിഞ്ഞു വന്നു. എന്റെ കണ്ണുകൾ നിറഞ്ഞു. അവൾ എന്നെ തന്നെ നോക്കി നിൽക്കുകയായിരുന്നു. അവൾ പതിയെ എന്റെ കവിളിൽ തലോടി. ഞാൻ അവളുടെ കണ്ണുകളിലേക്ക് തന്നെ നോക്കി നിന്നു. അപ്പോഴും എനിക്ക് അവളുടെ പേര് ഓർത്തെടുക്കാൻ കഴിയുന്നുണ്ടാ യിരുന്നില്ല.

അവൾ അവളുടെ മുഖം എന്റെ മുഖത്തോട്ട അടുപ്പിച്ച് അക്ഷയ് എന്ന് വിളിച്ചു. പതിയെ എന്റെയുള്ളിൽ നിന്നും ഒരു പേര് മന്ത്രിക്കാൻ തുടങ്ങി.

നിഹാര ...നിഹാര

ഞാൻ അവളെ ചേർത്ത് പിടിച്ചു, അവളുടെ കാതിൽ പതിയെ പറഞ്ഞു."I love you, നിഹാര."

==

"എക്രോസ് ദി യൂണിവേഴ്സ്"

ഞാൻ പെട്ടെന്ന് കണ്ണ് തുറന്നു. ഞാൻ ഹോസ്പ്പിറ്റൽ ബെഡിൽ കിടക്കുകയായിരുന്നു. എന്റെ ഫോണിൽ അലാറം അടിച്ചുകൊണ്ടിരി ക്കുന്നുണ്ടായിരുന്നു. ബീറ്റിൽസിന്റെ അക്രോസ് ദി യൂണിവേഴ്സ് എന്ന ഗാനം ആയിരുന്നു അത്. ഈ ഫോണിൽ അലാമിന്റെ ഡിഫോൾട്ട് സൗണ്ട് ഇതാണെന്ന് തോന്നുന്നു. അലാറം അടിക്കാൻ തുടങ്ങിയിട്ട് കുറെ നേരമായി കാണണം. സമയം 6. 30 ആയിട്ടുണ്ട്.

ഞാൻ കട്ടിലിൽ നിന്ന് എഴുന്നേറ്റ് അലാറം ഓഫ് ചെയ്ത് മുഖമെല്ലാം കഴുകി വന്നു. ഇന്നലെ വിചാരിച്ച പോലെ ഇന്ന് എന്റെ കഥ എഴുതി തുട ങ്ങാമെന്ന് തീരുമാനിച്ചു. ഞാൻ അവിടെയുണ്ടായിരുന്ന ഒരു പുസ്തകവും പേനയും എടുത്ത് ബെഡിൽ ചാരിക്കിടന്നു.

കുറെ നേരം എന്റെ കഥയ്ക്ക് ഒരു പേരാലോചിച്ച് അവിടെ ഇരുന്നു. പക്ഷേ പറ്റിയ പേരൊന്നും എനിക്ക് കിട്ടുന്നുണ്ടായിരുന്നില്ല. ഒടുക്കം ഒരു താൽക്കാലിക നാമമെങ്കിലും കിട്ടിയാൽ മതി എന്നായി. എത്ര ചിന്തിച്ചിട്ടും എനിക്ക് ഒന്നും കിട്ടുന്നില്ല. പക്ഷെ ചിന്തിക്കും തോറും എന്റെ മനസ്സിലേക്ക് കുറെ മുറിഞ്ഞ ഓർമ്മകൾ കടന്നുവരുന്നുണ്ടായിരുന്നു. ഒരു ടാറ്റ ഷോപ്പ്, couples tatoo… ആരെയോ കൈയ്യിൽ A&N എന്ന് പച്ച കുത്തുന്നു. ഞാൻ വെറുതെ എന്റെ കൈയ്യിലേക്ക് ഒന്ന് നോക്കി. പക്ഷെ ഒന്നും ഇല്ല. എന്റെ മനസ് വീണ്ടും കൈ വിട്ടു പോവുമോ എന്നായി എന്റെ പേടി. പെട്ടെന്ന് തന്നെ ഡോക്ടർ തന്ന മരുന്ന് എടുത്തു കുടിച്ചു. പതിയെ പതിയെ എന്റെ മനസ് റിലാക്സ്ഡ് ആവാൻ തുടങ്ങി.

ഞാൻ എന്റെ ശ്രദ്ധ മുഴുവൻ പുസ്തകമെഴുത്തിലേക്ക് കേന്ദ്രീകരിക്കാൻ ശ്രമിച്ചുകൊണ്ടേയിരുന്നു. ഒടുക്കം എന്റെ ശ്രദ്ധ മൊത്തം കഥയ്ക്ക് ഒരു പേര് ഇടുന്നതിലായി. എന്റെ മനസിൽ തോന്നിയ ഒരു പേര് ഞാൻ ആ പുസ്തകത്തിൽ എഴുതി അടിവര ഇട്ടു.

"Beyond the Memories"